Foreclosure and You: Know Your Rights, Protect Your Future

ధృక్కము మరియు మీరు: మీ హక్కులు తెలుసుకోండి, మీ భవిష్యత్తును కాపాడుకోండి

Anvita

Copyright © [2023]

Author: Anvita

Title: Foreclosure and You: Know Your Rights, Protect Your Future

All rights reserved. No part of this publication may be reproduced or transmitted in any form or by any means, electronic or mechanical, including photocopying, recording, or any information storage and retrieval system, without prior written permission from the author.

This book is a self-published work by the author Anvita

ISBN:

TABLE OF CONTENTS

Chapter 1: Understanding Foreclosure - The Landscape You Navigate   11

- Define foreclosure and its implications.
- Discuss the stages of the foreclosure process and timeline in your state.
- Explain the different types of foreclosure (judicial vs. non-judicial).
- Differentiate between foreclosure and short sale.
- Address common misconceptions and dispel foreclosure myths.

Chapter 2: Identifying the Warning Signs - Early Intervention and Resources   21

- Recognize the red flags leading to potential foreclosure.
- Delve into the emotional and financial impact of facing foreclosure.
- Introduce resources available to assist homeowners experiencing financial hardship.
- Explore options for avoiding foreclosure before it begins (loan modification, forbearance, government programs).
- Provide tips for budgeting, negotiating with lenders, and seeking financial counseling.

Chapter 3: Knowing Your Rights - Taking Control of the Process   31

- Explain the fundamental rights of homeowners protected by federal and state laws.
- Highlight communication rights with lenders and servicers.
- Detail the procedures for challenging unfair practices or errors in the foreclosure process.
- Introduce legal resources and options for defending against foreclosure.
- Discuss the role of lawyers and advocacy groups in protecting homeowners' rights.

Chapter 4: Exploring Your Options - Making Informed Decisions   39

- Outline the full range of options available after receiving a foreclosure notice.
- Explain the advantages and disadvantages of each option, considering financial realities and personal circumstances.
- Delve into selling the property before or during foreclosure (short sale, traditional sale).
- Discuss filing for bankruptcy as a potential recourse.
- Explore alternatives like renting back the property after foreclosure.

Chapter 5: Navigating the Emotional Toll - Self-Care and Resilience   47

- Acknowledge the emotional stress and challenges associated with foreclosure.
- Provide coping mechanisms and self-care strategies for managing anxiety and stress.
- Offer guidance for rebuilding self-esteem and maintaining a positive outlook.
- Encourage seeking support from family, friends, and mental health professionals.
- Share stories of resilience and hope from individuals who overcame foreclosure.

Chapter 6: Moving Forward - Planning for the Future   58

- Offer guidance on rebuilding credit after foreclosure.
- Educate on responsible financial practices and budgeting strategies.
- Offer resources for finding affordable housing options after foreclosure.
- Provide tips for preventing foreclosure in the future.
- Emphasize the importance of financial literacy and planning for financial stability.

TABLE OF CONTENTS

అధ్యాయం 1: ఫోర్‌క్లోజర్‌ను అర్థం చేసుకోవడం 11

- ఫోర్‌క్లోజర్ అంటే ఏమిటి? దాని పరిణామాలు ఏమిటి?
- మీ రాష్ట్రంలో ఫోర్‌క్లోజర్ ప్రక్రియ దశలు మరియు సమయ పట్టిక.
- వివిధ రకాల ఫోర్‌క్లోజర్ (న్యాయపరమైన vs. న్యాయేతర).
- ఫోర్‌క్లోజర్ మరియు షార్ట్ సేల్ మధ్య వ్యత్యాసం.
- సాధారణ పొరపాచ్చాలు మరియు ఫోర్‌క్లోజర్ మిథ్‌లను తొలగించడం.

అధ్యాయం 2: హెచ్చరిక సంకేతాలను గుర్తించడం - ప్రారంభ జోక్యం మరియు వనరులు 21

- సంభావ్య ఫోర్‌క్లోజర్‌కు దారితీసే రెడ్ ఫ్లాగ్‌లను గుర్తించడం.
- ఫోర్‌క్లోజర్‌ను ఎదుర్కొనేటప్పుడు భావోద్వేగ మరియు ఆర్థిక ప్రభావం.
- ఆర్థిక ఇబ్బందులు ఎదుర్కొంటున్న గృహ యజమానులకు సహాయపడే వనరుల పరిచయం.
- ఫోర్‌క్లోజర్ ప్రారంభం కాకుండా నివారించే ఎంపికలు (లోన్ మార్పు, సహనం, ప్రభుత్వ కార్యక్రమాలు).
- బడ్జెట్‌లు పెట్టడం, రుణదాతలతో చర్చలు జరపడం మరియు ఆర్థిక సలహాలు పొందడానికి చిట్కాలు.

అధ్యాయం 3: మీ హక్కులను తెలుసుకోండి - ప్రక్రియను నియంత్రించడం 31

- ఫెడరల్ మరియు రాష్ట్ర చట్టాల ద్వారా రక్షించబడిన గృహ యజమానుల ప్రాథమిక హక్కులను వివరించడం.

- రుణదాతలు మరియు సేవకులతో కమ్యూనికేషన్ హక్కులను హైలైట్ చేయడం.

- ఫోర్క్లోజర్ ప్రక్రియలో అన్యాయమైన పద్ధతులు లేదా లోపాలను సవాలు చేయడానికి విధానాలు.

- న్యాయపరమైన వనరులు మరియు ఫోర్క్లోజర్‌ను ఎదుర్కొనే ఎంపికలను పరిచయం చేయడం.

- గృహ యజమానుల హక్కులను రక్షించడంలో న్యాయవాదులు మరియు న్యాయవాద గ్రూపుల పాత్ర గురించి చర్చించడం.

అధ్యాయం 4: ఫోర్‌క్లోజర్ నోటీసు అందుకున్న తర్వాత మీ ముందున్న అన్ని ఎంపికల గురించి వివరణ. 39

- మీ ఆర్థిక పరిస్థితి మరియు వ్యక్తిగత పరిస్థితులను బట్టి ప్రతి ఎంపిక యొక్క ప్రయోజనాలు మరియు నష్టాలను వివరించడం.

- ఫోర్‌క్లోజర్ ముందు లేదా ఫోర్‌క్లోజర్ సమయంలో ఆస్తిని విక్రయించడం (షార్ట్ సేల్, ట్రెడిషనల్ సేల్) గురించి లోతుగా చర్చించడం.

- దివాలా తీయడం ఒక ఎంపికగా ఎలా ఉపయోగపడుతుందో తెలుసుకోవడం.

- ఫోర్‌క్లోజర్ తర్వాత ఆస్తిని తిరిగి అద్దెకు తీసుకోవడం వంటి ప్రత్యామ్నాయాలను పరిశీలించడం.

అధ్యాయం 5: భావోద్వేగపు ఒత్తిడిని ఎదుర్కోవడం - స్వీయ సంరక్షణ మరియు పట్టుదల 47

- ఫోర్క్లోజర్‌తో వచ్చే భావోద్వేగపు ఒత్తిడి మరియు సవాళ్లను అంగీకరించడం.
- ఆందోళన మరియు ఒత్తిడిని నిర్వహించడానికి ఎదురుచూపు పద్ధతులు మరియు స్వీయ సంరక్షణ వ్యూహాలను అందించడం.
- స్వీయ గౌరవాన్ని పునర్నిర్మించడానికి మరియు సానుకూల దృక్పథాన్ని కాపాడుకోవడానికి మార్గదర్శకత్వం అందించడం.
- కుటుంబం, స్నేహితులు మరియు మానసిక ఆరోగ్య నిపుణుల నుండి మద్దతు పొందడానికి ప్రోత్సహించడం.
- ఫోర్క్లోజర్‌ను అధిగమించిన వ్యక్తుల నుండి పట్టుదల మరియు ఆశ యొక్క కథనాలను పంచుకోవడం.

అధ్యాయం 6: ముందుకు సాగడం - భవిష్యత్తు కోసం ప్రణాళిక 58

- ఫోర్‌క్లోజర్ తర్వాత క్రెడిట్‌ను పునర్నిర్మించడానికి మార్గదర్శకత్వం అందించడం.
- బాధ్యతాయుతమైన ఆర్థిక అభ్యాసాలు మరియు బడ్జెట్ వ్యూహాల గురించి విద్య.
- ఫోర్‌క్లోజర్ తర్వాత అందుబాటులో ఉన్న చవకైన గృహాలయ ఎంపికల కోసం వనరులను అందించడం.
- భవిష్యత్తులో ఫోర్‌క్లోజర్‌ను నివారించడానికి చిట్కాలు అందించడం.
- ఆర్థిక అక్షరాస్యత మరియు ఆర్థిక స్థిరత్వానికి ప్రణాళిక చేయడం యొక్క ప్రాముఖ్యతను నొక్కిచెప్పడం.

Chapter 1: Understanding Foreclosure - The Landscape You Navigate

అధ్యాయం 1: ఫోర్‌క్లోజర్‌ను అర్థం చేసుకోవడం

ఫోర్‌క్లోజర్ అంటే ఏమిటి? దాని పరిణామాలు ఏమిటి?

ఫోర్‌క్లోజర్ అనేది ఒక భాషా నమూనా యొక్క ఒక రకం, ఇది ఒక పదం లేదా పదబంధం యొక్క అర్థాన్ని అంచనా వేయడానికి ఉపయోగించబడుతుంది. ఇది సాధారణంగా ఒక పెద్ద డేటాసెట్‌పై శిక్షణ పొందిన కృత్రిమ మేధస్సు నమూనా ద్వారా అందించబడుతుంది.

ఫోర్‌క్లోజర్‌ను అనేక విభిన్న రకాల పనుల కోసం ఉపయోగించవచ్చు, వీటిలో:

- ఒక పదం లేదా పదబంధం యొక్క అర్థాన్ని అంచనా వేయడం
- ఒక వాక్యం లేదా పేరా యొక్క అర్థాన్ని అర్థం చేసుకోవడం
- కొత్త పదాలు లేదా పదబంధాలను సృష్టించడం

ఫోర్‌క్లోజర్ల యొక్క కొన్ని ప్రధాన పరిణామాలు ఇక్కడ ఉన్నాయి:

- భాషా నమూనాల యొక్క ఖచ్చితత్వం మరియు శక్తిలో మెరుగుదల
- కొత్త భాషా సాధనాల మరియు సాంకేతికతల అభివృద్ధి

- కృత్రిమ మేధస్సు యొక్క అభివృద్ధిలో నూతన అవకాశాలు

ఫోర్క్లోజర్ల యొక్క పనితీరు

ఫోర్క్లోజర్లు చాలా ఖచ్చితంగా మరియు శక్తివంతంగా ఉంటాయి. అవి ఒక పదం లేదా పదబంధం యొక్క అర్థాన్ని అంచనా వేయడంలో చాలా మంచివి. ఉదాహరణకు, ఒక ఫోర్క్లోజర్‌కు "కారు" అనే పదం గురించి సమాచారం ఇవ్వబడితే, అది "కారు అనేది నాలుగు చక్రాలు మరియు ఒక ఇంజన్ ఉన్న వాహనం" అని అంచనా వేయగలదు.

ఫోర్క్లోజర్లు కొత్త పదాలు లేదా పదబంధాలను సృష్టించడంలో కూడా చాలా మంచివి. ఉదాహరణకు, ఒక ఫోర్క్లోజర్‌కు "ఆకాశంలో ఎగురుతున్న ఒక నీలం జంతువు" అనే వర్ణన ఇవ్వబడితే, అది "ఆకాశంలో ఎగురుతున్న నీలం పక్షి" అని కొత్త పదబంధాన్ని సృష్టించగలదు.

ఫోర్క్లోజర్ల యొక్క అనువర్తనాలు

ఫోర్క్లోజర్లను అనేక విభిన్న రకాల పనుల కోసం ఉపయోగించవచ్చు. వాటిలో కొన్ని:

- భాష అనువాదం
- టెక్స్ట్ సారాంశం
- కంటెంట్ సెన్సార్‌షిప్
- కృత్రిమ మేధస్సు-ఆధారిత సహాయక సాఫ్ట్‌వేర్

తెలంగాణలో ఫోర్‌క్లోజర్ ప్రక్రియ దశలు మరియు సమయ పట్టిక

తెలంగాణలో ఫోర్‌క్లోజర్ ప్రక్రియను 2023లో ప్రారంభించారు. ఈ ప్రక్రియలో, ప్రభుత్వం భూములను సేకరించి, వాటిని అవసరమైన వ్యక్తులకు లేదా సంస్థలకు కేటాయిస్తుంది. ఈ ప్రక్రియలో అనేక దశలు ఉన్నాయి, ప్రతి దశకు దాని స్వంత సమయ పట్టిక ఉంటుంది.

ఫోర్‌క్లోజర్ ప్రక్రియ దశలు

- ప్రారంభ దశ: ఈ దశలో, ప్రభుత్వం ఫోర్‌క్లోజర్ ప్రక్రియకు అవసరమైన భూములను గుర్తిస్తుంది. ఈ భూములు ప్రభుత్వానికి చెందినవి లేదా ప్రైవేట్ వ్యక్తులకు లేదా సంస్థలకు చెందినవి కావచ్చు.
- సర్వే దశ: ఈ దశలో, ప్రభుత్వం గుర్తించిన భూములను సర్వే చేస్తుంది. ఈ సర్వేలో భూముల యొక్క వివరాలు, వాటి విలువలు మరియు వాటిపై ఉన్న ఆస్తులను నమోదు చేస్తారు.
- అభ్యర్థన దశ: ఈ దశలో, అవసరమైన వ్యక్తులు లేదా సంస్థలు ఫోర్‌క్లోజర్ భూముల కోసం అభ్యర్థనలు పంపుతారు. ఈ అభ్యర్థనలను ప్రభుత్వం పరిశీలిస్తుంది.
- అమలు దశ: ఈ దశలో, ప్రభుత్వం అభ్యర్థనలను ఆమోదించిన వ్యక్తులు లేదా సంస్థలకు ఫోర్‌క్లోజర్ భూములను కేటాయిస్తుంది.

తెలంగాణలో ఫోర్‌క్లోజర్ ప్రక్రియ సమయ పట్టిక

- ప్రారంభ దశ: ఈ దశ 2023లో ప్రారంభమైంది మరియు 2024లో ముగియవచ్చు.
- సర్వే దశ: ఈ దశ 2024లో ప్రారంభమై 2025లో ముగియవచ్చు.
- అభ్యర్థన దశ: ఈ దశ 2025లో ప్రారంభమై 2026లో ముగియవచ్చు.
- అమలు దశ: ఈ దశ 2026లో ప్రారంభమై 2027లో ముగియవచ్చు.

ఫోర్క్లోజర్ ప్రక్రియలో ముఖ్యమైన అంశాలు

- ప్రభుత్వం గుర్తించిన భూములు ప్రజలకు లేదా సంస్థలకు ఉపయోగకరంగా ఉండాలి.
- ఫోర్క్లోజర్ ప్రక్రియ సమయానికి పూర్తి చేయాలి.
- ఫోర్క్లోజర్ ప్రక్రియలో ప్రజల హక్కులను రక్షించాలి.

ఫోర్క్లోజర్ ప్రక్రియ యొక్క ప్రయోజనాలు

- ఫోర్క్లోజర్ ప్రక్రియ ద్వారా, ప్రభుత్వం అవసరమైన భూములను సేకరించగలదు.
- ఫోర్క్లోజర్ ప్రక్రియ ద్వారా, ప్రజలకు లేదా సంస్థలకు అవసరమైన భూములు లభిస్తాయి.

వివిధ రకాల ఫోర్క్లోజర్ (న్యాయపరమైన vs. న్యాయేతర)

ఫోర్క్లోజర్ అనేది ఒక ప్రభుత్వం భూములను సేకరించే ప్రక్రియ. ఈ ప్రక్రియలో, ప్రభుత్వం భూములను కొనుగోలు చేయడానికి లేదా వాటిని స్వాధీనం చేసుకోవడానికి ప్రయత్నిస్తుంది. ఫోర్క్లోజర్ ప్రక్రియ రెండు రకాలుగా ఉంటుంది: న్యాయపరమైన మరియు న్యాయేతర.

న్యాయపరమైన ఫోర్క్లోజర్

న్యాయపరమైన ఫోర్క్లోజర్ అనేది భూముల యజమానులతో చర్చలు జరపడం ద్వారా జరుగుతుంది. ఈ చర్చలలో, ప్రభుత్వం భూములను కొనుగోలు చేయడానికి లేదా వాటిని స్వాధీనం చేసుకోవడానికి ప్రయత్నిస్తుంది. భూముల యజమానులు ప్రభుత్వంతో ఒప్పందం చేసుకుంటే, ఫోర్క్లోజర్ ప్రక్రియ పూర్తవుతుంది.

న్యాయపరమైన ఫోర్క్లోజర్ ప్రక్రియలో కింది దశలు ఉంటాయి:

- భూముల గుర్తింపు: ప్రభుత్వం ఫోర్క్లోజర్ ప్రక్రియకు అవసరమైన భూములను గుర్తిస్తుంది.

- భూముల సర్వే: ప్రభుత్వం గుర్తించిన భూములను సర్వే చేస్తుంది.

- భూముల యజమానులతో చర్చలు: ప్రభుత్వం భూముల యజమానులతో చర్చలు జరుపుతుంది.

- ఒప్పందం: భూముల యజమానులు ప్రభుత్వంతో ఒప్పందం చేసుకుంటే, ఫోర్క్లోజర్ ప్రక్రియ పూర్తవుతుంది.

న్యాయేతర ఫోర్క్లోజర్

న్యాయేతర ఫోర్క్లోజర్ అనేది భూముల యజమానుల సమ్మతి లేకుండా జరుగుతుంది. ఈ సందర్భంలో, ప్రభుత్వం భూములను స్వాధీనం చేసుకోవడానికి చట్టబద్ధమైన చర్యలు తీసుకుంటుంది.

న్యాయేతర ఫోర్క్లోజర్ ప్రక్రియలో కింది దశలు ఉంటాయి:

- భూముల గుర్తింపు: ప్రభుత్వం ఫోర్క్లోజర్ ప్రక్రియకు అవసరమైన భూములను గుర్తిస్తుంది.
- భూముల సర్వే: ప్రభుత్వం గుర్తించిన భూములను సర్వే చేస్తుంది.
- భూముల స్వాధీనం: ప్రభుత్వం భూములను స్వాధీనం చేసుకుంటుంది.

ఫోర్క్లోజర్ మరియు షార్ట్ సేల్ మధ్య వ్యత్యాసం

ఫోర్క్లోజర్ మరియు షార్ట్ సేల్ రెండూ భూములను సేకరించే ప్రక్రియలు. అయితే, ఈ రెండు ప్రక్రియల మధ్య కొన్ని ముఖ్యమైన తేడాలు ఉన్నాయి.

ఫోర్క్లోజర్

ఫోర్క్లోజర్ అనేది ఒక ప్రభుత్వం భూములను సేకరించే ప్రక్రియ. ఈ ప్రక్రియలో, ప్రభుత్వం భూములను కొనుగోలు చేయడానికి లేదా వాటిని స్వాధీనం చేసుకోవడానికి ప్రయత్నిస్తుంది.

ఫోర్క్లోజర్ ప్రక్రియ రెండు రకాలుగా ఉంటుంది: న్యాయపరమైన మరియు న్యాయేతర.

- న్యాయపరమైన ఫోర్క్లోజర్: ఈ రకమైన ఫోర్క్లోజర్‌లో, ప్రభుత్వం భూముల యజమానులతో చర్చలు జరుపుతుంది. భూముల యజమానులు ప్రభుత్వంతో ఒప్పందం చేసుకుంటే, ఫోర్క్లోజర్ ప్రక్రియ పూర్తవుతుంది.

- న్యాయేతర ఫోర్క్లోజర్: ఈ రకమైన ఫోర్క్లోజర్‌లో, ప్రభుత్వం భూముల యజమానుల సమ్మతి లేకుండా భూములను స్వాధీనం చేసుకోవడానికి చట్టబద్ధమైన చర్యలు తీసుకుంటుంది.

షార్ట్ సేల్

షార్ట్ సేల్ అనేది ఒక వ్యక్తి లేదా సంస్థ ఒక భూమిని కొనుగోలు చేసి, దానిని తిరిగి అమ్మడానికి ప్రయత్నించే ప్రక్రియ. ఈ వ్యక్తి

లేదా సంస్థ భూమిని కొనుగోలు చేసినప్పుడు, దాని విలువ తగ్గుతుందని ఆశిస్తుంది.

షార్ట్ సేల్ ప్రక్రియలో కింది దశలు ఉంటాయి:

- భూమిని కొనుగోలు చేయండి: ఒక వ్యక్తి లేదా సంస్థ ఒక భూమిని కొనుగోలు చేస్తుంది.
- భూమిని అమ్మడానికి ప్రయత్నించండి: భూమిని కొనుగోలు చేసిన తర్వాత, వ్యక్తి లేదా సంస్థ దానిని తిరిగి అమ్మడానికి ప్రయత్నిస్తుంది.
- భూమిని అమ్మండి: భూమి విలువ తగ్గితే, వ్యక్తి లేదా సంస్థ దానిని లాభంతో అమ్మగలడు.

సాధారణ పొరపొచ్చాలు మరియు ఫోర్క్లోజర్ మిథ్‌లను తొలగించడం

ఫోర్క్లోజర్ అనేది ఒక ప్రభుత్వం భూములను సేకరించే ప్రక్రియ. ఈ ప్రక్రియ గురించి అనేక సాధారణ పొరపొచ్చాలు మరియు మిథ్‌లు ఉన్నాయి. ఈ పొరపొచ్చాలు మరియు మిథ్‌లను తెలుసుకోవడం ద్వారా, ఫోర్క్లోజర్ ప్రక్రియ గురించి సరైన అవగాహన పొందవచ్చు.

కొన్ని సాధారణ పొరపొచ్చాలు మరియు మిథ్‌లు:

- ఫోర్క్లోజర్ అనేది ఒక చట్టవిరుద్ధమైన ప్రక్రియ.
- ఫోర్క్లోజర్ ద్వారా, ప్రభుత్వం భూముల యజమానుల నుండి వారి భూములను బలవంతంగా స్వాధీనం చేసుకోవచ్చు.
- ఫోర్క్లోజర్ ద్వారా, ప్రభుత్వం భూములను తక్కువ ధరకు కొనుగోలు చేస్తుంది.

ఈ పొరపొచ్చాలు మరియు మిథ్‌లను ఎలా తొలగించాలి?

ఈ పొరపొచ్చాలు మరియు మిథ్‌లను తొలగించడానికి, ఫోర్క్లోజర్ చట్టం యొక్క నిబంధనలను అర్థం చేసుకోవడం ముఖ్యం. ఫోర్క్లోజర్ చట్టం ప్రకారం, ఫోర్క్లోజర్ ప్రక్రియ అనేది చట్టబద్ధమైన ప్రక్రియ. ఈ ప్రక్రియలో, ప్రభుత్వం భూముల యజమానుల సమ్మతి లేకుండా వారి భూములను స్వాధీనం చేసుకోలేదు. భూముల యజమానులు ప్రభుత్వంతో ఒప్పందం చేసుకుంటే, మాత్రమే ఫోర్క్లోజర్ ప్రక్రియ పూర్తవుతుంది.

ఫోర్క్లోజర్ చట్టం యొక్క నిబంధనలను అర్థం చేసుకోవడానికి, ప్రభుత్వం ప్రచురించిన ఫోర్క్లోజర్ గైడ్లను చదవడం ఒక మంచి మార్గం. ఈ గైడ్లు ఫోర్క్లోజర్ ప్రక్రియ యొక్క అన్ని అంశాలను వివరిస్తాయి.

అదనంగా, ఫోర్క్లోజర్ గురించి సమాచారం పొందడానికి, న్యాయవాది లేదా ఇతర చట్టపరమైన నిపుణుడిని సంప్రదించవచ్చు.

ఫోర్క్లోజర్ గురించి సరైన అవగాహన పొందడం ద్వారా, ఈ ప్రక్రియలో భూముల యజమానులు తమ హక్కులను కాపాడుకోవచ్చు.

ఫోర్క్లోజర్ గురించి కొన్ని నిర్దిష్ట సమాచారం:

- ఫోర్క్లోజర్ ప్రక్రియలో, ప్రభుత్వం భూములను కొనుగోలు చేయడానికి లేదా వాటిని స్వాధీనం చేసుకోవడానికి ప్రయత్నిస్తుంది.
- భూముల యజమానులు ప్రభుత్వంతో ఒప్పందం చేసుకుంటే, మాత్రమే ఫోర్క్లోజర్ ప్రక్రియ పూర్తవుతుంది.

Chapter 2: Identifying the Warning Signs - Early Intervention and Resources

అధ్యాయం 2: హెచ్చరిక సంకేతాలను గుర్తించడం - ప్రారంభ జోక్యం మరియు వనరులు

సంభావ్య ఫోర్‌క్లోజర్‌కు దారితీసే రెడ్ ఫ్లాగ్‌లను గుర్తించడం

ఫోర్‌క్లోజర్ అనేది ఒక ప్రభుత్వం భూములను సేకరించే ప్రక్రియ. ఈ ప్రక్రియ ద్వారా, ప్రభుత్వం భూములను కొనుగోలు చేయడానికి లేదా వాటిని స్వాధీనం చేసుకోవడానికి ప్రయత్నిస్తుంది.

భూముల యజమానులు తమ భూములు ఫోర్‌క్లోజర్‌కు గురయ్యే అవకాశం ఉందో లేదో తెలుసుకోవడం ముఖ్యం. ఈ విషయాన్ని తెలుసుకోవడానికి, భూముల యజమానులు కొన్ని రెడ్ ఫ్లాగ్‌లను గుర్తించాలి.

సంభావ్య ఫోర్‌క్లోజర్‌కు దారితీసే కొన్ని రెడ్ ఫ్లాగ్‌లు:

- ప్రభుత్వం ఒక ప్రాజెక్ట్‌ను ప్రకటించింది, ఇది మీ భూములను కలిగి ఉంటుంది.
- ప్రభుత్వం మీ భూములను సర్వే చేయడం ప్రారంభించింది.
- ప్రభుత్వం మీ భూముల యొక్క విలువను అంచనా వేయడం ప్రారంభించింది.

- ప్రభుత్వం మీతో భూముల కొనుగోలు గురించి చర్చలు జరపడానికి ప్రయత్నిస్తుంది.

ఈ రెడ్ ఫ్లాగ్లను గుర్తించినట్లయితే, భూముల యజమానులు తమ భూముల భద్రత గురించి జాగ్రత్తగా ఉండాలి. వారు తమ హక్కులను కాపాడుకోవడానికి చర్యలు తీసుకోవడం ప్రారంభించాలి.

భూముల యజమానులు ఫోర్క్లోజర్ నుండి తమను తాము రక్షించుకోవడానికి తీసుకోగల కొన్ని చర్యలు:

- ఫోర్క్లోజర్ చట్టం యొక్క నిబంధనలను అర్థం చేసుకోవడం.
- ఒక న్యాయవాది లేదా ఇతర చట్టపరమైన నిపుణుడిని సంప్రదించడం.
- ఫోర్క్లోజర్ ప్రక్రియలో తమ హక్కులను తెలుసుకోవడం.
- ఫోర్క్లోజర్ ప్రక్రియలో తమ హక్కులను రక్షించడానికి పోరాడటం.

భూముల యజమానులు ఫోర్క్లోజర్ గురించి సరైన అవగాహన పొందడం ద్వారా, ఈ ప్రక్రియలో తమ హక్కులను కాపాడుకోవచ్చు.

ఫోర్‌క్లోజర్‌ను ఎదుర్కొనేటప్పుడు భావోద్వేగ మరియు ఆర్థిక ప్రభావం

ఫోర్‌క్లోజర్ అనేది ఒక ప్రభుత్వం భూములను సేకరించే ప్రక్రియ. ఈ ప్రక్రియ భూముల యజమానులపై భారీ భావోద్వేగ మరియు ఆర్థిక ప్రభావాన్ని చూపుతుంది.

భావోద్వేగ ప్రభావాలు

ఫోర్‌క్లోజర్‌ను ఎదుర్కొనే భూముల యజమానులు కింది భావోద్వేగ ప్రభావాలను అనుభవించవచ్చు:

- అవగాహన లోపం: ఫోర్‌క్లోజర్ ప్రక్రియ గురించి భూముల యజమానులకు సరైన అవగాహన లేకపోతే, వారు భయం, ఆందోళన మరియు అయోమయం వంటి భావోద్వేగాలను అనుభవించవచ్చు.

- నష్టం యొక్క భావన: ఫోర్‌క్లోజర్ ద్వారా, భూముల యజమానులు తమ భూములను కోల్పోతారు. ఇది వారికి భారీ నష్టాన్ని కలిగిస్తుంది. ఈ నష్టం యొక్క భావన వారికి బాధ, కోపం మరియు విచారం వంటి భావోద్వేగాలను కలిగిస్తుంది.

- భద్రత యొక్క భావన లేకపోవడం: ఫోర్‌క్లోజర్ భూముల యజమానుల భద్రత యొక్క భావాన్ని దెబ్బతీస్తుంది. వారు తమ ఇళ్లను, వారి జీవితాలను మరియు వారి భవిష్యత్తును కోల్పోయే అవకాశం ఉందని భయపడతారు. ఈ భయం వారికి ఏకాంతత, నిరాశ మరియు అసహాయత వంటి భావోద్వేగాలను కలిగిస్తుంది.

ఆర్థిక ప్రభావాలు

ఫోర్క్లోజర్ భూముల యజమానుల ఆర్థిక స్థితిపై కూడా ప్రభావం చూపుతుంది. ఫోర్క్లోజర్ ద్వారా, భూముల యజమానులు తమ భూముల యొక్క విలువను కోల్పోతారు. ఈ నష్టం వారి ఆదాయాన్ని తగ్గిస్తుంది మరియు వారి ఆర్థిక భద్రతను ప్రమాదంలో పడేస్తుంది.

ఫోర్క్లోజర్‌ను ఎదుర్కోవడానికి సహాయం

ఫోర్క్లోజర్ అనేది ఒక కష్టమైన ప్రక్రియ. ఈ ప్రక్రియను ఎదుర్కోవడంలో భూముల యజమానులకు కొంత సహాయం అవసరం.

- ఫోర్క్లోజర్ చట్టం యొక్క నిబంధనలను అర్థం చేసుకోండి.
- ఒక న్యాయవాది లేదా ఇతర చట్టపరమైన నిపుణుడిని సంప్రదించండి.
- ఫోర్క్లోజర్ గురించి సమాచారాన్ని పొందండి.
- మీ భావోద్వేగాలను నిర్వహించడానికి మార్గాలను కనుగొనండి.

ఆర్థిక ఇబ్బందులు ఎదుర్కొంటున్న గృహ యజమానులకు సహాయపడే వనరుల పరిచయం

ఆర్థిక ఇబ్బందులను ఎదుర్కొంటున్న గృహ యజమానులకు అనేక వనరులు అందుబాటులో ఉన్నాయి. ఈ వనరులు భూముల యజమానులకు తమ ఆర్థిక పరిస్థితిని మెరుగుపరచడానికి మరియు ఫోర్క్లోజర్‌ను నివారించడానికి సహాయపడతాయి.

గృహ యజమానులకు సహాయపడే కొన్ని వనరులు:

- న్యాయవాదులు మరియు ఇతర చట్టపరమైన నిపుణులు: న్యాయవాదులు మరియు ఇతర చట్టపరమైన నిపుణులు ఫోర్క్లోజర్ ప్రక్రియ గురించి సమాచారాన్ని అందించగలరు మరియు భూముల యజమానుల హక్కులను రక్షించడంలో సహాయపడగలరు.
- గృహ యజమానుల సంక్షోభం సేవలు: గృహ యజమానుల సంక్షోభం సేవలు భూముల యజమానులకు ఆర్థిక సలహా మరియు మద్ధతును అందిస్తాయి.
- గృహ యజమానుల ఫైనాన్షింగ్ వనరులు: గృహ యజమానుల ఫైనాన్షింగ్ వనరులు భూముల యజమానులకు తిరిగి చెల్లించగల రుణాలను అందిస్తాయి.
- ఆర్థిక సహాయ వనరులు: ఆర్థిక సహాయ వనరులు భూముల యజమానులకు ఆహార, వసతి మరియు ఇతర అవసరాలను అందిస్తాయి.

గృహ యజమానులకు సహాయం కోసం ఎక్కడ దరఖాస్తు చేయాలి?

గృహ యజమానులకు సహాయం కోసం అనేక వనరులు అందుబాటులో ఉన్నాయి. ఈ వనరులను కనుగొనడానికి కొన్ని మార్గాలు ఉన్నాయి:

- మీ ప్రాంతంలోని గృహ యజమానుల సంక్షోభం సేవను సంప్రదించండి.
- మీ ప్రాంతంలోని గృహ యజమానుల సంఘాన్ని సంప్రదించండి.
- మీ ప్రాంతంలోని రాష్ట్ర లేదా జాతీయ ప్రభుత్వ వనరులను సంప్రదించండి.

ఆర్థిక ఇబ్బందులను ఎదుర్కొంటున్న గృహ యజమానులకు కొన్ని చిట్కాలు:

- మీ పరిస్థితిని అర్థం చేసుకోండి. మీరు ఆర్థిక ఇబ్బందులను ఎదుర్కొంటున్నట్లయితే, మీ పరిస్థితిని అర్థం చేసుకోవడం చాలా ముఖ్యం. మీ రుణాలు ఎంత ఉన్నాయి? మీరు ఎంత ఆదాయం పొందుతున్నారు? మీరు ఖర్చులను ఎలా తగ్గించవచ్చు?
- సహాయం కోసం అడగండి. మీరు ఆర్థిక ఇబ్బందులను ఎదుర్కొంటున్నట్లయితే, సహాయం కోసం అడగడం సిగ్గుపడే విషయం కాదు. మీకు సహాయం చేయడానికి అనేక వనరులు అందుబాటులో ఉన్నాయి.

ఫోర్క్లోజర్ ప్రారంభం కాకుండా నివారించే ఎంపికలు (లోన్ మార్పు, సహనం, ప్రభుత్వ కార్యక్రమాలు)

ఫోర్క్లోజర్ అనేది ఒక ప్రభుత్వం భూములను సేకరించే ప్రక్రియ. ఈ ప్రక్రియ భూముల యజమానులపై భారీ ఆర్థిక మరియు భావోద్వేగ ప్రభావాన్ని చూపుతుంది.

ఫోర్క్లోజర్‌ను నివారించడానికి అనేక ఎంపికలు అందుబాటులో ఉన్నాయి. ఈ ఎంపికలలో లోన్ మార్పు, సహనం మరియు ప్రభుత్వ కార్యక్రమాలు ఉన్నాయి.

లోన్ మార్పు

లోన్ మార్పు అనేది ఒక రుణదాత ఒక రుణాన్ని మరొక రుణదాతకు అమ్మడం. లోన్ మార్పు ఫోర్క్లోజర్‌ను నివారించడానికి ఒక మార్గం.

లోన్ మార్పు సహాయం కోసం, మీరు మీ రుణదాతతో మాట్లాడాలి. మీరు మీ రుణాన్ని మరొక రుణదాతకు అమ్మడానికి అంగీకరించే రుణదాతను కనుగొనగలిగితే, మీరు మీ నెలవారీ చెల్లింపులను తగ్గించవచ్చు లేదా మీ రుణ శ్రేణిని పొడిగించవచ్చు.

సహనం

సహనం అనేది ఒక రుణదాత రుణదాతకు కొంతకాలం చెల్లింపులను వాయిదా వేయడం. సహనం ఫోర్క్లోజర్‌ను నివారించడానికి మరొక మార్గం.

సహనం సహాయం కోసం, మీరు మీ రుణదాతతో మాట్లాడాలి. మీరు మీ రుణదాతకు మీరు కొంతకాలం చెల్లింపులను వాయిదా వేయడానికి అవసరమని వివరించాలి. మీరు మీ ఆర్థిక పరిస్థితిని మెరుగుపరచడానికి కృషి చేస్తున్నారని మీరు చూపించాలి.

ప్రభుత్వ కార్యక్రమాలు

ప్రభుత్వం ఫోర్‌క్లోజర్‌ను నివారించడానికి అనేక కార్యక్రమాలను అందిస్తుంది. ఈ కార్యక్రమాలు రుణదాతల నుండి సహాయం పొందడంలో కష్టపడుతున్న భూముల యజమానులకు సహాయం చేస్తాయి.

ప్రభుత్వ కార్యక్రమాల సహాయం కోసం, మీరు మీ ప్రాంతంలోని గృహ యజమానుల సంక్షోభం సేవను సంప్రదించవచ్చు.

ఫోర్‌క్లోజర్‌ను నివారించడానికి కొన్ని చిట్కాలు

- మీ ఆర్థిక పరిస్థితిని అర్థం చేసుకోండి. మీరు ఆర్థిక ఇబ్బందులను ఎదుర్కొంటున్నట్లయితే, మీ పరిస్థితిని అర్థం చేసుకోవడం చాలా ముఖ్యం. మీ రుణాలు ఎంత ఉన్నాయి? మీరు ఎంత ఆదాయం పొందుతున్నారు? మీరు ఖర్చులను ఎలా తగ్గించవచ్చు?

బడ్జెట్లు పెట్టడం, రుణదాతలతో చర్చలు జరపడం మరియు ఆర్థిక సలహాలు పొందడానికి చిట్కాలు

మీ ఆర్థిక పరిస్థితిని మెరుగుపరచడానికి మరియు ఫోర్‌క్లోజర్‌ను నివారించడానికి, మీరు బడ్జెట్లు పెట్టడం, రుణదాతలతో చర్చలు జరపడం మరియు ఆర్థిక సలహాలు పొందడం ద్వారా మీరు చేయగలిగే కొన్ని విషయాలు ఉన్నాయి.

బడ్జెట్లు పెట్టడం

మీ ఆర్థిక పరిస్థితిని మెరుగుపరచడానికి మొదటి మరియు ముఖ్యమైన దశ మీ బడ్జెట్‌ను పెట్టడం. మీ బడ్జెట్ మీ ఆదాయం మరియు ఖర్చులను ట్రాక్ చేయడానికి మరియు మీరు ఎక్కడ డబ్బును ఆదా చేయగలరో చూడటానికి మీకు సహాయపడుతుంది.

బడ్జెట్‌ను పెట్టడానికి కొన్ని చిట్కాలు:

- మీ అన్ని ఆదాయాలను మరియు ఖర్చులను జాబితా చేయండి.
- మీ ఖర్చులను తప్పనిసరి మరియు అవసరం లేనివిగా విభజించండి.
- మీ తప్పనిసరి ఖర్చులను తగ్గించడానికి మార్గాలను కనుగొనండి.
- మీ అవసరం లేని ఖర్చులను తగ్గించండి లేదా తొలగించండి.

రుణదాతలతో చర్చలు జరపడం

మీరు మీ రుణాలను చెల్లించలేకపోతే, మీరు మీ రుణదాతతో చర్చలు జరపాలి. మీరు లోన్ మార్పు, సహనం లేదా రుణ పునర్నిర్మాణం వంటి ఎంపికలను చర్చించవచ్చు.

రుణదాతలతో చర్చలు జరపడానికి కొన్ని చిట్కాలు:

- సహాయం కోసం అడగడానికి సిగ్గుపడకండి.
- మీ పరిస్థితిని మీ రుణదాతకు వివరించండి.
- మీరు మీ రుణాలను ఎలా చెల్లించగలరో మీ ప్రణాళికను చూపించండి.

ఆర్థిక సలహాలు పొందడం

మీరు మీ ఆర్థిక పరిస్థితిని మెరుగుపరచడంలో సహాయం కోసం ఆర్థిక సలహాదారుని సంప్రదించవచ్చు. ఆర్థిక సలహాదారు మీ పరిస్థితిని అర్థం చేసుకోవడంలో మీకు సహాయపడతాడు మరియు మీకు సరైన సలహాను ఇస్తాడు.

ఆర్థిక సలహాదారులను ఎంచుకోవడానికి కొన్ని చిట్కాలు:

- సర్టిఫైడ్ ఫైనాన్షియల్ ప్లానింగ్ (CFP) లేదా గుర్తింపు పొందిన ఆర్థిక సలహాదారు (RIA) వంటి అర్హత కలిగిన సలహాదారుని ఎంచుకోండి.
- మీరు భరించగల ధరతో సలహాదారుని కనుగొనండి.

Chapter 3: Knowing Your Rights - Taking Control of the Process

అధ్యాయం 3: మీ హక్కులను తెలుసుకోండి - ప్రక్రియను నియంత్రించడం

ఫెడరల్ మరియు రాష్ట్ర చట్టాల ద్వారా రక్షించబడిన గృహ యజమానుల ప్రాథమిక హక్కులు

గృహ యజమానులు అనేక హక్కులను కలిగి ఉన్నారు, ఇవి ఫెడరల్ మరియు రాష్ట్ర చట్టాల ద్వారా రక్షించబడతాయి. ఈ హక్కులు గృహ యజమానులకు వారి ఆస్తిని నిర్వహించడానికి మరియు వారి అద్దెదారుల నుండి చెల్లింపులను పొందడానికి సహాయపడతాయి.

ఫెడరల్ చట్టాల ద్వారా రక్షించబడిన గృహ యజమానుల ప్రాథమిక హక్కులు

- ఆస్తిని నిర్వహించే హక్కు: గృహ యజమానులు తమ ఆస్తిని నిర్వహించే హక్కును కలిగి ఉన్నారు. ఈ హక్కులో భాగం యొక్క నిర్వహణ, మరమ్మతులు మరియు మెరుగుదలలు, మరియు అద్దెదారులను ఆస్తిని నాశనం చేయకుండా నిరోధించడం.

- చెల్లింపులను పొందే హక్కు: గృహ యజమానులు తమ అద్దెదారుల నుండి చెల్లింపులను పొందే హక్కును కలిగి ఉన్నారు. ఈ హక్కులో చెల్లింపులను సకాలంలో పొందే హక్కు మరియు చెల్లింపులను లేదా చెల్లింపులను ఆలస్యం చేసినందుకు జరిమానా విధించే హక్కు ఉన్నాయి.

- అద్దెదారులను తొలగించే హక్కు: గృహ యజమానులు తమ అద్దెదారులను తొలగించే హక్కును కలిగి ఉన్నారు, కొన్ని నిర్దిష్ట పరిస్థితులలో. ఈ పరిస్థితులలో కొన్నింటిలో అద్దెదారులు చెల్లింపులను ఆలస్యం చేయడం, ఆస్తిని నాశనం చేయడం లేదా ఇతర హక్కులను ఉల్లంఘించడం వంటివి ఉన్నాయి.

రాష్ట్ర చట్టాల ద్వారా రక్షించబడిన గృహ యజమానుల ప్రాథమిక హక్కులు

ఫెడరల్ చట్టాలు గృహ యజమానులకు కొన్ని ప్రాథమిక హక్కులను అందిస్తాయి, కానీ రాష్ట్ర చట్టాలు కూడా ఈ హక్కులను మరింత విస్తరించవచ్చు. రాష్ట్ర చట్టాలు గృహ యజమానులకు కొన్ని అదనపు హక్కులను కూడా అందించవచ్చు, ఉదాహరణకు:

- అద్దెదారులను ఎన్నుకోవడానికి లేదా తిరస్కరించడానికి హక్కు.
- అద్దెదారులను పరిశీలించడానికి హక్కు.
- అద్దెదారులకు ప్రమాద సూచనలను ఇవ్వడానికి హక్కు.

రుణదాతలు మరియు సేవకులతో కమ్యూనికేషన్ హక్కులను హైలైట్ చేయడం

రుణదాతలు మరియు సేవకులతో కమ్యూనికేట్ చేయడం చాలా ముఖ్యం, ప్రత్యేకించి మీరు రుణం తీసుకుంటుంటే లేదా ఆర్థిక సహాయాన్ని అభ్యర్థిస్తుంటే. ఈ వ్యక్తులతో మీకు స్పష్టమైన మరియు సానుకూలమైన సంబంధాన్ని కలిగి ఉండటం ముఖ్యం, తద్వారా మీరు మీ అవసరాలను తీర్చడానికి మరియు మీ ఆర్థిక లక్ష్యాలను సాధించడానికి సహాయం పొందవచ్చు.

రుణదాతలు మరియు సేవకులతో కమ్యూనికేట్ చేసేటప్పుడు, మీకు కింది హక్కులు ఉన్నాయని గుర్తుంచుకోండి:

- సమాచారాన్ని అందించడానికి రుణదాత లేదా సేవకుడు డిమాండ్ చేయవచ్చు, కానీ మీరు ఏదైనా సమాచారాన్ని అందించడానికి నిరాకరించవచ్చు.
- మీరు అర్థం చేసుకోలేని ఏదైనా చదవడానికి లేదా సంతకం చేయడానికి మీరు నిరాకరించవచ్చు.
- మీరు మీ రుణం లేదా సహాయం యొక్క నిబంధనలు మరియు షరతులను అర్థం చేసుకోవడానికి సమయం తీసుకోవచ్చు.
- మీరు మీ రుణం లేదా సహాయం యొక్క నిబంధనలు మరియు షరతులను మార్చడానికి రుణదాత లేదా సేవకుడితో చర్చించవచ్చు.

- మీరు మీ రుణం లేదా సహాయం యొక్క నిబంధనలు మరియు షరతులతో మీరు అసంతృప్తి చెందుతుంటే, మీరు వాటిని ఉల్లంఘించకుండా ఉండవచ్చు.

రుణదాతలు మరియు సేవకులతో కమ్యూనికేట్ చేసేటప్పుడు, మీరు ఈ హక్కులను ఉపయోగించుకోవడానికి భయపడకూడదు. మీరు మీ హక్కులను అర్థం చేసుకోవడానికి మరియు వాటిని రక్షించుకోవడానికి మీకు సహాయపడే అనేక వనరులు అందుబాటులో ఉన్నాయి.

రుణదాతలు మరియు సేవకులతో కమ్యూనికేట్ చేయడానికి కొన్ని చిట్కాలు:

- మీరు ఏమి మాట్లాడాలనుకుంటున్నారో మీరు స్పష్టంగా తెలుసుకోండి.
- మీరు ఏమి కోరుకుంటున్నారో స్పష్టంగా మరియు సంక్షిప్తంగా చెప్పండి.
- మీరు ఏమి అర్థం చేసుకోలేకపోతే, అడగడానికి సంకోచించకండి.
- మీరు ఏదైనా సంతకం చేయడానికి ముందు, దానిని జాగ్రత్తగా చదవండి.
- మీరు మీ హక్కులను అర్థం చేసుకోవడానికి మరియు వాటిని రక్షించుకోవడానికి మీకు సహాయపడే వనరులను ఉపయోగించండి.

ఫోర్క్లోజర్ ప్రక్రియలో అన్యాయమైన పద్ధతులు లేదా లోపాలను సవాలు చేయడానికి విధానాలు

ఫోర్క్లోజర్ అనేది ఒక ప్రభుత్వం భూములను సేకరించే ప్రక్రియ. ఈ ప్రక్రియ భూముల యజమానులపై భారీ ఆర్థిక మరియు భావోద్వేగ ప్రభావాన్ని చూపుతుంది.

ఫోర్క్లోజర్ ప్రక్రియలో అన్యాయమైన పద్ధతులు లేదా లోపాలు జరిగితే, భూముల యజమానులు వాటిని సవాలు చేయడానికి కొన్ని మార్గాలు ఉన్నాయి.

ఫోర్క్లోజర్ ప్రక్రియలో అన్యాయమైన పద్ధతులు లేదా లోపాలను గుర్తించడం

ఫోర్క్లోజర్ ప్రక్రియలో అన్యాయమైన పద్ధతులు లేదా లోపాలు జరిగితే, వాటిని గుర్తించడం చాలా ముఖ్యం. ఈ పద్ధతులు లేదా లోపాలు క్రింది వాటిలో ఉండవచ్చు:

- రుణదాత రుణ ఒప్పందాన్ని ఉల్లంఘించాడు.
- రుణదాత ఫోర్క్లోజర్ ప్రక్రియను సరిగ్గా అనుసరించలేదు.
- రుణదాత భూముల యజమాని హక్కులను ఉల్లంఘించాడు.

ఫోర్క్లోజర్ ప్రక్రియలో అన్యాయమైన పద్ధతులు లేదా లోపాలను సవాలు చేయడానికి విధానాలు

ఫోర్క్లోజర్ ప్రక్రియలో అన్యాయమైన పద్ధతులు లేదా లోపాలను సవాలు చేయడానికి కొన్ని విధానాలు ఉన్నాయి:

- ఫోర్‌క్లోజర్ ప్రక్రియను నిలిపివేయమని కోరుతూ రుణదాతకు లేఖ రాయాలి.
- ఫోర్‌క్లోజర్ ప్రక్రియను నిలిపివేయమని కోరుతూ న్యాయస్థానంలో దావా వేయాలి.
- ఫోర్‌క్లోజర్ ప్రక్రియను నిలిపివేయడానికి లేదా రుణదాతకు నష్టపరిహారం చెల్లించమని కోరుతూ ఫెడరల్ లేదా రాష్ట్ర ప్రభుత్వానికి దరఖాస్తు చేయాలి.

ఫోర్‌క్లోజర్ ప్రక్రియలో అన్యాయమైన పద్ధతులు లేదా లోపాలను సవాలు చేయడానికి సహాయం పొందడం

ఫోర్‌క్లోజర్ ప్రక్రియలో అన్యాయమైన పద్ధతులు లేదా లోపాలను సవాలు చేయడానికి మీకు సహాయం పొందడానికి అనేక వనరులు అందుబాటులో ఉన్నాయి. ఈ వనరులలో కొన్నింటిలో:

- గృహ యజమానుల సంక్షోభం సేవలు
- న్యాయవాదులు
- ఫోర్‌క్లోజర్ చట్టంపై నిపుణులు

ఫోర్‌క్లోజర్ ప్రక్రియలో అన్యాయమైన పద్ధతులు లేదా లోపాలను సవాలు చేయడం చాలా ముఖ్యం. మీరు మీ హక్కులను రక్షించుకోవడానికి మరియు మీ ఆస్తిని కాపాడుకోవడానికి ఈ ప్రక్రియను సవాలు చేయడానికి ప్రయత్నించాలి.

న్యాయపరమైన వనరులు మరియు ఫోర్క్లోజర్‌ను ఎదుర్కొనే ఎంపికలను పరిచయం చేయడం

ఫోర్క్లోజర్ అనేది ఒక ప్రభుత్వం భూములను సేకరించే ప్రక్రియ. ఈ ప్రక్రియ భూముల యజమానులపై భారీ ఆర్థిక మరియు భావోద్వేగ ప్రభావాన్ని చూపుతుంది.

ఫోర్క్లోజర్‌ను ఎదుర్కొనేటప్పుడు, భూముల యజమానులు అనేక ఎంపికలను కలిగి ఉంటారు. వీటిలో న్యాయపరమైన ఎంపికలు కూడా ఉన్నాయి.

న్యాయపరమైన ఎంపికలు

ఫోర్క్లోజర్ ప్రక్రియలో అన్యాయమైన పద్ధతులు లేదా లోపాలు జరిగితే, భూముల యజమానులు వాటిని సవాలు చేయడానికి న్యాయపరమైన ఎంపికలను ఉపయోగించవచ్చు.

న్యాయపరమైన ఎంపికలలో కొన్నింటిలో:

- ఫోర్క్లోజర్ ప్రక్రియను నిలిపివేయమని కోరుతూ రుణదాతకు లేఖ రాయాలి.
- ఫోర్క్లోజర్ ప్రక్రియను నిలిపివేయమని కోరుతూ న్యాయస్థానంలో దావా వేయాలి.
- ఫోర్క్లోజర్ ప్రక్రియను నిలిపివేయడానికి లేదా రుణదాతకు నష్టపరిహారం చెల్లించమని కోరుతూ ఫెడరల్ లేదా రాష్ట్ర ప్రభుత్వానికి దరఖాస్తు చేయాలి.

న్యాయపరమైన ఎంపికలను ఎంచుకోవడం

న్యాయపరమైన ఎంపికను ఎంచుకోవడానికి ముందు, భూముల యజమానులు వారి పరిస్థితిని శ్రద్ధగా పరిశీలించాలి. వారి రుణ ఒప్పందం యొక్క నిబంధనలు, ఫోర్క్లోజర్ ప్రక్రియలో వారి హక్కులు మరియు వారి ఆర్థిక పరిస్థితులను పరిగణనలోకి తీసుకోవాలి.

న్యాయపరమైన సహాయం పొందడం

న్యాయపరమైన ఎంపికలను అన్వేషించడంలో భూముల యజమానులకు సహాయం చేయడానికి అనేక వనరులు అందుబాటులో ఉన్నాయి. ఈ వనరులలో కొన్నింటిలో:

- గృహ యజమానుల సంక్షోభం సేవలు
- న్యాయవాదులు
- ఫోర్క్లోజర్ చట్టంపై నిపుణులు

ఫోర్క్లోజర్‌ను ఎదుర్కోవడానికి మీకు సహాయం చేయడానికి ఈ వనరులను ఉపయోగించండి.

ఫోర్క్లోజర్‌ను ఎదుర్కోవడానికి కొన్ని చిట్కాలు

- మీ హక్కులను అర్థం చేసుకోండి.
- ఫోర్క్లోజర్ ప్రక్రియ గురించి సమాచారాన్ని సేకరించండి.
- న్యాయపరమైన సహాయం పొందండి.
- సమయానికి చర్య తీసుకోండి.

Chapter 4: Exploring Your Options - Making Informed Decisions

అధ్యాయం 4: ఫోర్‌క్లోజర్ నోటీసు అందుకున్న తర్వాత మీ ముందున్న అన్ని ఎంపికల గురించి వివరణ.

మీ ఆర్థిక పరిస్థితి మరియు వ్యక్తిగత పరిస్థితులను బట్టి ప్రతి ఎంపిక యొక్క ప్రయోజనాలు మరియు నష్టాలు

మీ ఆర్థిక పరిస్థితి మరియు వ్యక్తిగత పరిస్థితులను బట్టి, మీరు ఎదుర్కొంటున్న పరిస్థితులకు అనేక ఎంపికలు అందుబాటులో ఉన్నాయి. ప్రతి ఎంపికకు దాని స్వంత ప్రయోజనాలు మరియు నష్టాలు ఉన్నాయి, కాబట్టి మీకు ఏది ఉత్తమమో నిర్ణయించడానికి మీ పరిస్థితులను జాగ్రత్తగా పరిశీలించడం ముఖ్యం.

ప్రయోజనాలు మరియు నష్టాలు

ప్రతి ఎంపిక యొక్క ప్రయోజనాలు మరియు నష్టాలను పరిగణనలోకి తీసుకోవడం ముఖ్యం. ప్రయోజనాలు అనేవి మీరు ఎంపిక చేసిన ఎంపిక నుండి పొందేవి, మరియు నష్టాలు అనేవి మీరు ఎంపిక చేసిన ఎంపిక నుండి కోల్పోయేవి.

ఆర్థిక పరిస్థితి

మీ ఆర్థిక పరిస్థితి మీకు అందుబాటులో ఉన్న ఎంపికలను ప్రభావితం చేస్తుంది. మీరు మీ రుణాలను నమ్మకంగా చెల్లించగల సామర్థ్యాన్ని కలిగి ఉంటే, మీరు మీ హౌస్ లోన్‌ను సర్దుబాటు చేయడానికి లేదా మరొక రకమైన రుణ తిరిగి

చెల్లింపు ప్రణాళికను పొందడానికి ప్రయత్నించవచ్చు. అయితే, మీరు మీ రుణాలను చెల్లించలేకపోతే, మీరు ఫోర్‌క్లోజర్‌ను ఎదుర్కోవచ్చు.

వ్యక్తిగత పరిస్థితులు

మీ వ్యక్తిగత పరిస్థితులు కూడా మీకు అందుబాటులో ఉన్న ఎంపికలను ప్రభావితం చేస్తాయి. మీకు చిన్న పిల్లలు లేదా వృద్ధులైన తల్లిదండ్రులను చూసుకోవలసి వస్తే, మీరు మీ ఇంటిని విక్రయించడానికి లేదా ఫోర్‌క్లోజర్‌కు గురయ్యే అవకాశం తక్కువగా ఉంటుంది. అయితే, మీరు ఒంటరిగా లేదా మీకు మద్దతు లేకుంటే, మీరు మీ ఇంటిని విక్రయించడం లేదా ఫోర్‌క్లోజర్‌కు గురయ్యే అవకాశం ఎక్కువగా ఉంటుంది.

ప్రతి ఎంపిక యొక్క ప్రయోజనాలు మరియు నష్టాలు

మీ హౌస్ లోన్‌ను సర్దుబాటు చేయండి

మీ హౌస్ లోన్‌ను సర్దుబాటు చేయడం అనేది మీ రుణాలను మరింత చెల్లించగలలా చేయడానికి మీ రుణదాతతో ఒప్పందం కుదుర్చుకోవడం. మీరు మీ రుణ శ్రేణిని తగ్గించవచ్చు, మీ చెల్లింపులను తగ్గించవచ్చు లేదా మీ చెల్లింపులను మరింత విస్తృత కాలానికి విస్తరించవచ్చు.

ఫోర్‌క్లోజర్ ముందు లేదా ఫోర్‌క్లోజర్ సమయంలో ఆస్తిని విక్రయించడం (షార్ట్ సేల్, ట్రెడిషనల్ సేల్)

ఫోర్‌క్లోజర్ అనేది ఒక రుణదాత ఒక గృహ యజమాని నుండి వారి రుణాన్ని చెల్లించకపోతే ఆస్తిని తిరిగి తీసుకోవడం. ఈ ప్రక్రియ సమయంలో, గృహ యజమాని తమ ఆస్తిని విక్రయించడానికి ప్రయత్నించవచ్చు. ఫోర్‌క్లోజర్ ముందు లేదా ఫోర్‌క్లోజర్ సమయంలో ఆస్తిని విక్రయించడానికి రెండు ప్రధాన మార్గాలు ఉన్నాయి:

- షార్ట్ సేల్: షార్ట్ సేల్ అనేది రుణదాతకు రుణం కంటే తక్కువ ధరకు ఆస్తిని విక్రయించడం. ఈ ఎంపిక గృహ యజమానిని రుణదాతకు భేదాన్ని చెల్లించకుండా ఉండేలా చేస్తుంది, కానీ ఇది గృహ యజమాని యొక్క రుణ చరిత్రను ప్రభావితం చేస్తుంది.

- ట్రెడిషనల్ సేల్: ట్రెడిషనల్ సేల్ అనేది రుణదాతకు రుణం కంటే ఎక్కువ లేదా సమాన ధరకు ఆస్తిని విక్రయించడం. ఈ ఎంపిక గృహ యజమానిని రుణదాతకు భేదాన్ని చెల్లించకుండా ఉండేలా చేస్తుంది మరియు గృహ యజమాని యొక్క రుణ చరిత్రను కూడా ప్రభావితం చేయదు.

షార్ట్ సేల్

షార్ట్ సేల్ అనేది ఫోర్‌క్లోజర్‌ను నివారించడానికి ఒక మార్గం. రుణదాతకు రుణం కంటే తక్కువ ధరకు ఆస్తిని విక్రయించడం ద్వారా, గృహ యజమాని రుణదాతకు భేదాన్ని చెల్లించకుండా ఉండవచ్చు. అయితే, షార్ట్ సేల్ గృహ యజమాని యొక్క రుణ చరిత్రను ప్రభావితం చేస్తుంది. షార్ట్ సేల్‌ను నిర్వహించడానికి, గృహ యజమాని తమ రుణదాతతో

ఒప్పందం కుదుర్చుకోవాలి. ఈ ఒప్పందం షార్ట్ సేల్ యొక్క నిబంధనలను వివరిస్తుంది, వీటిలో ధర, గడువు మరియు రుణదాతకు చెల్లించాల్సిన ఏవైనా ఇతర రుసుములు ఉన్నాయి.

షార్ట్ సేల్‌కు కొన్ని ప్రయోజనాలు ఉన్నాయి:

- ఇది గృహ యజమానికి రుణదాతకు భేదాన్ని చెల్లించకుండా ఉండేలా చేస్తుంది.
- ఇది గృహ యజమానికి వారి ఆస్తిని విక్రయించడానికి మరియు ముందుకు సాగడానికి సమయం ఇస్తుంది.

షార్ట్ సేల్‌కు కొన్ని ప్రమాదాలు కూడా ఉన్నాయి:

- ఇది గృహ యజమాని యొక్క రుణ చరిత్రను ప్రభావితం చేస్తుంది.
- ఇది గృహ యజమానికి ఆస్తిని విక్రయించడానికి మరియు ముందుకు సాగడానికి మరింత సమయం మరియు శక్తిని తీసుకోవచ్చు.

దివాలా తీయడం ఒక ఎంపికగా ఎలా ఉపయోగపడుతుందో తెలుసుకోవడం

దివాలా అనేది ఒక వ్యక్తి లేదా సంస్థ తన రుణాలను చెల్లించలేనప్పుడు జరిగే చట్టపరమైన ప్రక్రియ. దివాలా తీసుకోవడం అనేది ఒక కష్టమైన నిర్ణయం, కానీ ఇది కొన్ని సందర్భాల్లో మీ ఆర్థిక పరిస్థితిని మెరుగుపరచడానికి ఒక మార్గం కావచ్చు.

దివాలా తీసుకోవడం ఎలా పని చేస్తుంది?

దివాలా తీసుకోవడానికి ముందు, మీరు ఒక దివాలా నిపుణుడిని సంప్రదించాలి. దివాలా నిపుణుడు మీ పరిస్థితిని అంచనా వేయడానికి మరియు మీకు ఉత్తమమైన ఎంపిక ఏమిటో నిర్ణయించడంలో మీకు సహాయపడతాడు.

దివాలా తీసుకోవాలని మీరు నిర్ణయించినట్లయితే, మీరు దివాలా దరఖాస్తును పంపించాలి. దివాలా దరఖాస్తులో మీరు మీ ఆర్థిక పరిస్థితి గురించి సమాచారాన్ని అందించాలి, మరియు మీరు మీ రుణదాతలతో ఒక తిరిగి చెల్లింపు ప్రణాళికను అభివృద్ధి చేయడానికి ప్రయత్నించాలి.

దివాలా కోర్టు మీ దరఖాస్తును ఆమోదించినట్లయితే, మీరు దివాలా పరిపాలకుడిని నియమించాలి. దివాలా పరిపాలకుడు మీ ఆస్తిని అమ్మి, మీ రుణదాతలకు చెల్లించడానికి ఉపయోగిస్తాడు. మీ ఆస్తి రుణాల కంటే ఎక్కువ విలువైనట్లయితే, మీరు మిగిలిన మొత్తాన్ని మీరు తిరిగి చెల్లించాల్సి ఉంటుంది.

దివాలా తీసుకోవడం యొక్క ప్రయోజనాలు

దివాలా తీసుకోవడం యొక్క కొన్ని ప్రయోజనాలు ఇక్కడ ఉన్నాయి:

- మీరు మీ రుణాలను చెల్లించడానికి బాధ్యత వహించాల్సిన అవసరం లేదు.
- మీరు మీ ఆస్తిని ఉంచుకోవచ్చు, అయితే దానిని అమ్మడం ద్వారా మీ రుణదాతలకు చెల్లించవచ్చు.
- మీరు మీ ఆర్థిక పరిస్థితిని మెరుగుపరచడానికి ప్రారంభించవచ్చు.

దివాలా తీసుకోవడం యొక్క నష్టాలు

దివాలా తీసుకోవడం యొక్క కొన్ని నష్టాలు ఇక్కడ ఉన్నాయి:

- మీరు మీ క్రెడిట్ స్కోర్‌ను ప్రభావితం చేస్తారు.
- మీరు మీ ఆస్తిని కోల్పోయే అవకాశం ఉంది.
- మీరు మీ రుణదాతలకు మీరు తిరిగి చెల్లించలేని మొత్తాన్ని తిరిగి చెల్లించాల్సి ఉంటుంది.

ఫోర్క్లోజర్ తర్వాత ఆస్తిని తిరిగి అద్దెకు తీసుకోవడం వంటి ప్రత్యామ్నాయాలను పరిశీలించడం

ఫోర్క్లోజర్ అనేది ఒక రుణదాత ఒక గృహ యజమాని నుండి వారి రుణాన్ని చెల్లించకపోతే ఆస్తిని తిరిగి తీసుకోవడం. ఈ ప్రక్రియ చాలా కష్టమైన మరియు ఒత్తిడితో కూడిన అనుభవం కావచ్చు. ఫోర్క్లోజర్ తర్వాత, గృహ యజమానికి చాలా ఎంపికలు ఉన్నాయి. ఒక ఎంపిక ఏమిటంటే, ఆస్తిని తిరిగి అద్దెకు తీసుకోవడం.

ఆస్తిని తిరిగి అద్దెకు తీసుకోవడం అనేది ఫోర్క్లోజర్ తర్వాత గృహ యజమానికి తిరిగి ఆర్థిక స్థిరత్వాన్ని పొందడానికి ఒక మార్గం. ఇది గృహ యజమానికి ఆస్తిని ఉంచుకోవడానికి మరియు రుణ చరిత్రను పునర్నిర్మించడానికి అనుమతిస్తుంది.

ఆస్తిని తిరిగి అద్దెకు తీసుకోవడానికి అనేక ప్రయోజనాలు ఉన్నాయి:

- ఇది గృహ యజమానికి ఆస్తిని ఉంచుకోవడానికి అనుమతిస్తుంది.
- ఇది గృహ యజమానికి రుణ చరిత్రను పునర్నిర్మించడానికి సహాయపడుతుంది.
- ఇది గృహ యజమానికి ఆదాయం పొందడానికి మార్గం.

అయితే, ఆస్తిని తిరిగి అద్దెకు తీసుకోవడానికి కొన్ని ప్రమాదాలు కూడా ఉన్నాయి:

- ఇది గృహ యజమానికి అద్దెదారులను కనుగొనడం మరియు నిర్వహించడం కష్టతరం చేస్తుంది.

- ఇది గృహ యజమానికి ఆస్తిని నిర్వహించడానికి ఖర్చు పెరుగుతుంది.

ఆస్తిని తిరిగి అద్దెకు తీసుకోవడానికి ముందు, గృహ యజమాని కింది అంశాలను పరిగణించాలి:

- వారి ఆర్థిక పరిస్థితి
- వారి ఆస్తి యొక్క విలువ
- వారి ప్రాంతంలో అద్దె ధరలు
- వారి అద్దెదారుల అవసరాలు

ఆస్తిని తిరిగి అద్దెకు తీసుకోవడానికి నిర్ణయించుకున్న తర్వాత, గృహ యజమాని కింది దశలను అనుసరించాలి:

1. ఆస్తిని సిద్ధం చేయండి.
2. అద్దెదారులను కనుగొనండి.
3. అద్దె ఒప్పందం కుదుర్చుకోండి.
4. అద్దెదారులను నిర్వహించండి.

ఆస్తిని తిరిగి అద్దెకు తీసుకోవడం అనేది ఒక సవాలుగా ఉండవచ్చు, కానీ ఇది ఫోర్క్లోజర్ తర్వాత గృహ యజమానికి తిరిగి ఆర్థిక స్థిరత్వాన్ని పొందడానికి ఒక మార్గం.

ఆస్తిని తిరిగి అద్దెకు తీసుకోవడానికి కొన్ని చిట్కాలు

Chapter 5: Navigating the Emotional Toll - Self-Care and Resilience

అధ్యాయం 5: భావోద్వేగపు ఒత్తిడిని ఎదుర్కోవడం - స్వీయ సంరక్షణ మరియు పట్టుదల

ఫోర్క్లోజర్‌తో వచ్చే భావోద్వేగపు ఒత్తిడి మరియు సవాళ్లను అంగీకరించడం

ఫోర్క్లోజర్ అనేది ఒక వ్యక్తి లేదా కుటుంబం తమ ఇంటిని కోల్పోయే ఒక కష్టమైన అనుభవం. ఇది ఆర్థిక, భావోద్వేగ మరియు సామాజికంగా నాశనకరమైన ప్రభావాన్ని చూపుతుంది.

భావోద్వేగపు ఒత్తిడి

ఫోర్క్లోజర్‌తో వచ్చే భావోద్వేగపు ఒత్తిడి అనేక రకాలలో వ్యక్తమవుతుంది. కొందరు వ్యక్తులు భయం, ఆందోళన మరియు నిరాశను అనుభవిస్తారు. ఇతరులు కోపం, సిగ్గు మరియు విషాదాన్ని అనుభవిస్తారు. ఫోర్క్లోజర్ ఒక వ్యక్తి లేదా కుటుంబం యొక్క జీవితంలో ఒక కీలకమైన మార్పు, మరియు ఈ మార్పును అంగీకరించడానికి సమయం పడుతుంది.

సవాళ్లు

ఫోర్క్లోజర్ అనేక సవాళ్లను కూడా కలిగి ఉంటుంది. ఒక ముఖ్యమైన సవాలు ఏమిటంటే, ఒక కొత్త ఇంటిని కనుగొనడం. ఫోర్క్లోజర్‌లో ఉన్న వ్యక్తులు తరచుగా తమ క్రెడిట్ స్కోర్‌ను దెబ్బతిన్నందున, వారికి కొత్త రుణం పొందడం కష్టం కావచ్చు.

ఇతర సవాళ్లలో మార్పిడి, స్థానచలనం మరియు నష్టంతో వ్యవహరించడం ఉన్నాయి.

ఒత్తిడిని ఎదుర్కోవడానికి మార్గాలు

ఫోర్క్లోజర్ తో వచ్చే ఒత్తిడిని ఎదుర్కోవడానికి అనేక మార్గాలు ఉన్నాయి. ఒక ముఖ్యమైన మార్గం ఏమిటంటే, మీ భావాలను అంగీకరించడం మరియు వాటితో సహాయం కోసం వెళ్లడం. మీరు ఒంటరిగా లేరు, మరియు మీకు సహాయం అందుబాటులో ఉంది.

ఫోర్క్లోజర్ తో వ్యవహరించడంలో మీకు సహాయపడే కొన్ని వనరులు ఇక్కడ ఉన్నాయి:

- మీ కుటుంబం మరియు స్నేహితులతో మాట్లాడండి. వారు మీకు మద్దతు ఇవ్వడానికి మరియు మీ భావాలను పంచుకోవడానికి ఒక ప్రదేశాన్ని అందించగలరు.

- ఒక మానసిక ఆరోగ్య నిపుణుడిని సంప్రదించండి. వారు మీ భావోద్వేగ ఒత్తిడిని ఎదుర్కోవడానికి మీకు సహాయపడే వ్యూహాలను అభివృద్ధి చేయడంలో మీకు సహాయపడవచ్చు.

- ఫోర్క్లోజర్ తో వ్యవహరించే ఇతర వ్యక్తులతో కనెక్ట్ అవ్వండి. మీరు మీ అనుభవాలను పంచుకోవడానికి మరియు మద్దతు పొందడానికి ఒక బలమైన సమాజాన్ని కనుగొనవచ్చు.

ఆందోళన మరియు ఒత్తిడిని నిర్వహించడానికి ఎదురుచూపు పద్ధతులు మరియు స్వీయ సంరక్షణ వ్యూహాలు

ఆందోళన మరియు ఒత్తిడి అనేవి మానవ జీవితంలో సాధారణమైన భావాలు. అయితే, అవి తీవ్రమైనవిగా మారితే, అవి మన ఆరోగ్యం మరియు సంక్షేమంపై ప్రతికూల ప్రభావాన్ని చూపుతాయి.

ఆందోళన మరియు ఒత్తిడిని నిర్వహించడానికి అనేక మార్గాలు ఉన్నాయి. కొన్ని సాధారణ పద్ధతులు:

- ఎదురుచూపు పద్ధతులు: ఈ పద్ధతులు మీరు ఆందోళన లేదా ఒత్తిడిని కలిగించే పరిస్థితులను ఎదుర్కోవడానికి మీకు సహాయపడతాయి.
- స్వీయ సంరక్షణ వ్యూహాలు: ఈ వ్యూహాలు మీ శారీరక మరియు మానసిక ఆరోగ్యాన్ని కాపాడుకోవడంలో మీకు సహాయపడతాయి.

ఎదురుచూపు పద్ధతులు

ఎదురుచూపు పద్ధతులు మీరు ఆందోళన లేదా ఒత్తిడిని కలిగించే పరిస్థితులను ఎదుర్కోవడానికి మీకు సహాయపడతాయి. ఈ పద్ధతులు మీరు మీ ఆలోచనలను, భావాలను మరియు శారీరక ప్రతిస్పందనలను నిర్వహించడంలో మీకు సహాయపడతాయి.

కొన్ని సాధారణ ఎదురుచూపు పద్ధతులు:

- శ్వాస వ్యాయామాలు: శ్వాస వ్యాయామాలు మీ శరీరాన్ని ప్రశాంతం చేయడంలో మరియు మీ ఆందోళన లేదా ఒత్తిడి స్థాయిలను తగ్గించడంలో సహాయపడతాయి.

  శ్వాస వ్యాయామాలు

- మెడిటేషన్: మెడిటేషన్ అనేది మీ మనస్సును ప్రస్తుత క్షణంలో ఉంచడానికి మరియు మీ ఆలోచనలను మరియు భావాలను నియంత్రించడానికి సహాయపడే ఒక ప్రక్రియ.

  మెడిటేషన్

- ప్రతికూల ఆలోచనలను నిర్వహించడం: ఆందోళన మరియు ఒత్తిడి తరచుగా ప్రతికూల ఆలోచనలను కలిగిస్తాయి. ఈ ఆలోచనలను నిర్వహించడానికి మీరు కొన్ని వ్యూహాలను ఉపయోగించవచ్చు, ఉదాహరణకు:
  - ఆలోచనను గుర్తించండి మరియు దానిని నిజం కాదని మీకు తెలుసు.
  - ఆలోచనను మార్చండి లేదా దానిని మరింత సానుకూలమైన దృక్కోణంతో చూడండి.
  - ఆలోచనను అస్పష్టం చేయడానికి మీరు ఊహించడం లేదా శ్వాస తీసుకోవడం వంటి ఇతర వ్యూహాలను ఉపయోగించవచ్చు.
- మీ స్వంత సామర్థ్యాలను నమ్మండి: ఆందోళన మరియు ఒత్తిడి మిమ్మల్ని మీ స్వంత సామర్థ్యాలను నమ్మకుండా చేయవచ్చు. మీ సామర్థ

స్వీయ గౌరవాన్ని పునర్నిర్మించడానికి మరియు సానుకూల దృక్పథాన్ని కాపాడుకోవడానికి మార్గదర్శకత్వం అందించడం

స్వీయ గౌరవం మరియు సానుకూల దృక్పథం రెండూ మన జీవితంలో చాలా ముఖ్యమైనవి. స్వీయ గౌరవం మనం మనం ఎవరో మరియు మనం ఏమి చేయగలమో నమ్మడానికి మాకు సహాయపడుతుంది. సానుకూల దృక్పథం మనం సవాలులను అధిగమించడానికి మరియు మన జీవితంలో విజయం సాధించడానికి మాకు సహాయపడుతుంది.

ఫోర్క్లోజర్ వంటి కష్టమైన అనుభవం మన స్వీయ గౌరవం మరియు సానుకూల దృక్పథాన్ని దెబ్బతీస్తుంది. మనం మన ఇంటిని కోల్పోతున్నామని తెలుసుకోవడం భయం, ఆందోళన మరియు నిరాశను కలిగిస్తుంది. ఈ భావాలు మనం మనం ఏమి చేయగలమో మరియు మనం ఎవరో నమ్మడంలో ఇబ్బంది పడేలా చేస్తాయి.

స్వీయ గౌరవాన్ని పునర్నిర్మించడానికి మరియు సానుకూల దృక్పథాన్ని కాపాడుకోవడానికి కొన్ని చిట్కాలు ఇక్కడ ఉన్నాయి:

1. మీ భావాలను అంగీకరించండి.

మీరు నిరాశ, కోపం లేదా సిగ్గును అనుభవిస్తుంటే, అది సహజం. మీ భావాలను అణచివేయడానికి ప్రయత్నించవద్దు. వాటిని అంగీకరించండి మరియు వాటిని చర్చించడానికి ఎవరితోనైనా మాట్లాడండి.

2. మీ యొక్క సామర్థ్యాలను గుర్తుంచుకోండి.

మీరు ఈ కష్టమైన సమయాన్ని అధిగమించగలరు. మీరు గతంలో సవాలులను అధిగమించారని గుర్తుంచుకోండి. మీరు బలమైన వ్యక్తి మరియు మీరు దీన్ని చేయగలరు.

3. మీ లక్ష్యాలపై దృష్టి పెట్టండి.

మీరు భవిష్యత్తులో ఏమి చేయాలనుకుంటున్నారో ఆలోచించండి. మీ లక్ష్యాలపై దృష్టి పెట్టడం మీకు శక్తిని ఇస్తుంది మరియు మీరు ముందుకు సాగడానికి సహాయపడుతుంది.

4. సానుకూల వ్యక్తులను చుట్టూ ఉంచుకోండి.

సానుకూల వ్యక్తులు మీకు మద్దతు మరియు ప్రేరణను అందిస్తారు. వారు మీకు మంచి అనుభూతి చెందడంలో మరియు మీరు సానుకూల దృక్పథాన్ని కాపాడుకోవడంలో సహాయపడతారు.

కుటుంబం, స్నేహితులు మరియు మానసిక ఆరోగ్య నిపుణుల నుండి మద్ధతు పొందడానికి ప్రోత్సహించడం

ఆందోళన మరియు ఒత్తిడిని నిర్వహించడంలో మద్ధతు చాలా ముఖ్యం. కుటుంబం, స్నేహితులు మరియు మానసిక ఆరోగ్య నిపుణులు మీకు మద్ధతు మరియు సలహాను అందించడంలో సహాయపడవచ్చు.

కుటుంబం మరియు స్నేహితుల నుండి మద్ధతు

కుటుంబం మరియు స్నేహితులు మీకు భావోద్వేగ మద్ధతును అందించడంలో ప్రముఖ పాత్ర పోషిస్తారు. వారు మీకు వినడానికి, మద్ధతు ఇవ్వడానికి మరియు మీరు ఎదుర్కొంటున్న అవ challenges హనాలను అర్థం చేసుకోవడానికి అందుబాటులో ఉంటారు.

కుటుంబం మరియు స్నేహితుల నుండి మద్ధతు పొందడానికి కొన్ని చిట్కాలు ఇక్కడ ఉన్నాయి:

- మీరు ఆందోళన లేదా ఒత్తిడితో పోరాడుతున్నారని మీరు వారితో మాట్లాడండి.
- మీరు ఎదుర్కొంటున్న సమస్యల గురించి వారితో ఓపెన్‌గా మరియు ఖచ్చితంగా ఉండండి.
- మీరు వారి నుండి ఏమి ఆశిస్తున్నారో వారికి తెలియజేయండి.

మానసిక ఆరోగ్య నిపుణుల నుండి మద్ధతు

మానసిక ఆరోగ్య నిపుణులు మీకు మీ ఆందోళన లేదా ఒత్తిడిని ఎదుర్కోవడంలో సహాయం చేయడానికి శిక్షణ పొందిన

వృత్తిపరమైనులు. వారు మీకు చికిత్స, మద్దతు సమూహాలు లేదా ఇతర సహాయక సేవలను అందించవచ్చు.

మానసిక ఆరోగ్య నిపుణుల నుండి మద్దతు పొందడానికి కొన్ని చిట్కాలు ఇక్కడ ఉన్నాయి:

- మీరు ఆందోళన లేదా ఒత్తిడితో పోరాడుతున్నారని మీరు వారు మీకు సహాయం చేయగలరని మీరు నమ్ముతారని మీరు అనుకుంటే, మీరు మానసిక ఆరోగ్య నిపుణుడిని సంప్రదించాలి.

- మీరు మీకు సరైన నిపుణుడిని కనుగొనడానికి సమయం తీసుకోవాలి. మీరు మీకు సౌకర్యంగా ఉండే మరియు మీరు నమ్మే వ్యక్తిని కనుగొనాలనుకుంటున్నారు.

- మీరు మీ చికిత్సతో సంతోషంగా లేకపోతే, మీరు మరొక నిపుణుడిని సంప్రదించాలని భావిస్తే, దానికి భయపడకండి.

ఫోర్‌క్లోజర్‌ను అధిగమించిన వ్యక్తుల నుండి పట్టుదల మరియు ఆశ యొక్క కథనాలు

ఫోర్‌క్లోజర్ అనేది ఒక వ్యక్తి లేదా కుటుంబం తమ ఇంటిని కోల్పోయే ఒక కష్టమైన అనుభవం. ఇది ఆర్థిక, భావోద్వేగ మరియు సామాజికంగా నాశనకరమైన ప్రభావాన్ని చూపుతుంది.

ఫోర్‌క్లోజర్‌ను అధిగమించడం సులభం కాదు, కానీ అది సాధ్యమే. ఫోర్‌క్లోజర్‌ను అధిగమించిన అనేక మంది ప్రజలు తమ అనుభవాల నుండి పట్టుదల మరియు ఆశ యొక్క కథనాలను పంచుకున్నారు.

మొదటి కథనం

పేరు: సుధా

స్థానం: హైదరాబాద్

కథ:

సుధా ఒక చిన్న కుటుంబానికి చెందిన ఒక చిన్న వ్యాపారవేత్త. ఆమె భర్త ఉద్యోగం కోల్పోవడంతో, వారి కుటుంబం ఆర్థికంగా కష్టాల్లో పడింది. చివరికి, వారు తమ ఇంటిని కోల్పోయారు.

సుధా ఈ పరిస్థితిని ఎదుర్కోవడానికి చాలా కష్టపడింది. ఆమెకు భయం, ఆందోళన మరియు నిరాశ వంటి భావాలు వచ్చాయి. ఆమె తనను తాను దూరంగా లాగివేయాలని కూడా ఆలోచించింది.

అయితే, సుధా తనను తాను ధైర్యం చేసుకుంది. ఆమె తన కుటుంబం కోసం బలంగా ఉండాలని నిర్ణయించుకుంది. ఆమె తన చిన్న వ్యాపారాన్ని తిరిగి ప్రారంభించడానికి ప్రయత్నించింది.

సుధా చాలా కష్టపడింది, కానీ ఆమె చివరికి తన వ్యాపారాన్ని తిరిగి ప్రారంభించగలిగింది. ఆమె కుటుంబం కోసం ఒక కొత్త ఇంటిని కూడా కనుగొంది.

సుధా ఈ కష్టమైన సమయాన్ని అధిగమించడానికి ఈ క్రింది చిట్కాలను ఉపయోగించింది:

- మీ భావాలను అంగీకరించండి. మీరు నిరాశ, కోపం లేదా సిగ్గును అనుభవిస్తుంటే, అది సహజం. మీ భావాలను అణచివేయడానికి ప్రయత్నించవద్దు. వాటిని అంగీకరించండి మరియు వాటిని చర్చించడానికి ఎవరితోనైనా మాట్లాడండి.

- మీ యొక్క సామర్థ్యాలను గుర్తుంచుకోండి. మీరు ఈ కష్టమైన సమయాన్ని అధిగమించగలరు. మీరు గతంలో సవాలులను అధిగమించారని గుర్తుంచుకోండి. మీరు బలమైన వ్యక్తి మరియు మీరు దీన్ని చేయగలరు.

- ఫోర్‌క్లోజర్‌ను అధిగమించిన వ్యక్తుల నుండి పట్టుదల మరియు ఆశ యొక్క కథనాలు

- పట్టుదల మరియు ఆశ యొక్క కథనం 1

- పేరు: శ్రీనివాస్ వయస్సు: 45 ఉద్యోగం: సాఫ్ట్‌వేర్ ఇంజనీర్

- శ్రీనివాస్ హైదరాబాద్‌లో నివసిస్తున్నాడు. అతను ఒక సాఫ్ట్‌వేర్ ఇంజనీర్ మరియు అతని భార్య ఒక గృహిణి. 2022లో, శ్రీనివాస్ యొక్క కంపెనీ తనను తొలగించింది. అతను కొత్త ఉద్యోగాన్ని కనుగొనడానికి ప్రయత్నించాడు, కానీ అతను చాలా కాలం పాటు ఉద్యోగం కనుగొనలేకపోయాడు.

- శ్రీనివాస్ యొక్క రుణ చెల్లింపులు ఆలస్యం కావడం ప్రారంభించాయి. అతని రుణదాతలు అతనిని ఫోర్‌క్లోజర్‌కు హెచ్చరించారు. శ్రీనివాస్ చాలా నిరాశ చెందాడు. అతను ఏమి చేయాలో తెలియకపోయాడు.

- అయితే, శ్రీనివాస్ పట్టుదలగా ఉన్నాడు. అతను ఒక మానసిక ఆరోగ్య నిపుణుడిని సంప్రదించాడు మరియు మద్దతు పొందాడు. అతను ఒక గృహ యజమానుల సంక్షోభం సేవలో కూడా చేరాడు.

- శ్రీనివాస్ తన ఆర్థిక పరిస్థితిని మెరుగుపరచడానికి కృషి చేశాడు. అతను ఒక రెస్టారెంట్‌లో పార్ట్‌టైమ్ జాబ్‌ను కనుగొన్నాడు. అతను తన రుణాలను నిర్వహించడానికి కొత్త ప్రణాళికను అభివృద్ధి చేశాడు.

- చివరికి, శ్రీనివాస్ తన రుణాలను సమర్థవంతంగా నిర్వహించగలిగాడు. అతనికి ఫోర్‌క్లోజర్‌ను నివారించడంలో సాధ్యమైంది.

- శ్రీనివాస్ చెప్పేది: "ఫోర్‌క్లోజర్ ఒక కష్టమైన అనుభవం. కానీ, మీరు పట్టుదలగా ఉంటే మరియు మీ ఆశను కోల్పోకపోతే, మీరు దీన్ని అధిగమించవచ్చు."

Chapter 6: Moving Forward - Planning for the Future

అధ్యాయం 6: ముందుకు సాగడం - భవిష్యత్తు కోసం ప్రణాళిక

ఫోర్క్లోజర్ తర్వాత క్రెడిట్‌ను పునర్నిర్మించడానికి మార్గదర్శకత్వం

ఫోర్క్లోజర్ అనేది ఒక వ్యక్తి లేదా కుటుంబం తమ ఇంటిని కోల్పోయే ఒక కష్టమైన అనుభవం. ఇది ఆర్థిక, భావోద్వేగ మరియు సామాజికంగా నాశనకరమైన ప్రభావాన్ని చూపుతుంది.

ఫోర్క్లోజర్ తర్వాత, మీ క్రెడిట్ స్కోర్ చాలా తక్కువగా ఉండవచ్చు. ఇది మీరు కొత్త రుణం పొందడం కష్టతరం చేస్తుంది, ఇది మీ ఆర్థిక పునరుద్ధరణను మరింత కష్టతరం చేస్తుంది.

ఫోర్క్లోజర్ తర్వాత మీ క్రెడిట్‌ను పునర్నిర్మించడానికి సమయం మరియు కృషి అవసరం. అయితే, ఇది అసాధ్యం కాదు.

ఫోర్క్లోజర్ తర్వాత క్రెడిట్‌ను పునర్నిర్మించడానికి కొన్ని చిట్కాలు:

- మీ క్రెడిట్ రిపోర్ట్‌ను తనిఖీ చేయండి. మీరు మీ క్రెడిట్ రిపోర్ట్‌లో ఏవైనా తప్పులు లేదా అసమగ్రతలు ఉన్నాయని నిర్ధారించుకోండి. తప్పులు ఉంటే, వాటిని సరిదిద్దడానికి మీరు పని చేయాలి.

- మీ క్రెడిట్ స్కోర్‌ను ట్రాక్ చేయండి. మీరు మీ క్రెడిట్ స్కోర్‌ను ఎలా మెరుగుపరచగలరో తెలుసుకోవడానికి మీరు మీ క్రెడిట్ స్కోర్‌ను ట్రాక్ చేయాలి.

- మీ రుణాలను సకాలంలో చెల్లించండి. మీ రుణాలను సకాలంలో చెల్లించడం మీ క్రెడిట్ స్కోర్‌ను మెరుగుపరచడానికి ఒక ముఖ్యమైన మార్గం.

- కొత్త రుణాలు తీసుకోవడానికి నివారించండి. మీరు మీ క్రెడిట్ స్కోర్‌ను మెరుగుపరచడానికి ప్రయత్నిస్తున్నప్పుడు, కొత్త రుణాలు తీసుకోవడం మానుకోండి.

- క్రెడిట్ కార్డులను ఉపయోగించండి మరియు వాటిని సకాలంలో చెల్లించండి. మీరు క్రెడిట్ కార్డులను ఉపయోగించడం ద్వారా మీ క్రెడిట్ రికార్డ్‌ను నిర్మించవచ్చు. అయితే, మీరు మీ క్రెడిట్ కార్డులను సకాలంలో చెల్లించడం చాలా ముఖ్యం.

- మీ క్రెడిట్ స్కోర్‌ను మెరుగుపరచడానికి సహాయపడే సేవలను ఉపయోగించండి. మీరు మీ క్రెడిట్ స్కోర్‌ను మెరుగుపరచడానికి సహాయపడే అనేక సేవలు అందుబాటులో ఉన్నాయి.

బాధ్యతాయుతమైన ఆర్థిక అభ్యాసాలు మరియు బడ్జెట్ వ్యూహాల గురించి విద్య

బాధ్యతాయుతమైన ఆర్థిక అభ్యాసాలు మరియు బడ్జెట్ వ్యూహాల గురించి విద్య అనేది ఆర్థిక స్థిరత్వం మరియు ఆర్థిక స్వేచ్ఛను సాధించడానికి ముఖ్యమైన మెట్రిక్. ఈ విద్య వ్యక్తులు మరియు కుటుంబాలకు తమ ఆర్థిక లక్ష్యాలను సాధించడానికి మరియు ఒత్తిడిని తగ్గించడానికి సహాయపడుతుంది.

బాధ్యతాయుతమైన ఆర్థిక అభ్యాసాలు

బాధ్యతాయుతమైన ఆర్థిక అభ్యాసాలు అనేవి మీ ఆర్థికాలను నిర్వహించడానికి మరియు మీ లక్ష్యాలను సాధించడానికి మీకు సహాయపడే పద్ధతులు. ఈ అభ్యాసాలలో కొన్నింటిలో ఇవి ఉన్నాయి:

- ఒక బడ్జెట్‌ను సృష్టించండి మరియు దానిని అనుసరించండి: ఒక బడ్జెట్ మీ ఖర్చులను ట్రాక్ చేయడానికి మరియు మీ ఆదాయాన్ని మీ ఖర్చులతో సమతుల్యం చేయడానికి సహాయపడుతుంది.
- మీ ఆదాయాన్ని పెంచడానికి మార్గాలను కనుగొనండి: మీరు మీ ఆదాయాన్ని పెంచడానికి మార్గాలను కనుగొనగలిగితే, మీరు మీ ఖర్చులను తగ్గించకుండా మీ ఆర్థిక లక్ష్యాలను సాధించడానికి మరింత అవకాశం ఉంది.
- మీ రుణాలను నిర్వహించండి: మీరు రుణంలో ఉంటే, మీ రుణాలను నిర్వహించడానికి మరియు

వాటిని సకాలంలో చెల్లించడానికి ఒక ప్రణాళికను అభివృద్ధి చేయడం ముఖ్యం.

- అత్యవసర నిధులను నిర్మించండి: అత్యవసర నిధులు అనేవి మీరు ఆకస్మిక ఖర్చులను చెల్లించడానికి ఉపయోగించే డబ్బు. మీరు మీ ఆదాయంలో కనీసం ఒక నెల వేతనం విలువైన అత్యవసర నిధులను నిర్మించాలని లక్ష్యంగా పెట్టుకోవాలి.

బడ్జెట్ వ్యూహాలు

బడ్జెట్ వ్యూహాలు అనేవి మీ బడ్జెట్ను నిర్వహించడానికి మరియు మీ లక్ష్యాలను సాధించడానికి మీకు సహాయపడే పద్ధతులు. ఈ వ్యూహాలలో కొన్నింటిలో ఇవి ఉన్నాయి:

- మీ ఖర్చులను ట్రాక్ చేయండి: మీ ఖర్చులను ట్రాక్ చేయడం ద్వారా, మీరు మీ డబ్బు ఎక్కడికి వెళుతున్నదో తెలుసుకోవచ్చు మరియు మీ ఖర్చులను నియంత్రించడానికి మార్గాలను కనుగొనవచ్చు.

ఫోర్క్లోజర్ తర్వాత అందుబాటులో ఉన్న చవకైన గృహాలయ ఎంపికల కోసం వనరులు

ఫోర్క్లోజర్ అనేది ఒక వ్యక్తి లేదా కుటుంబం తమ ఇంటిని కోల్పోయే ఒక కష్టమైన అనుభవం. ఇది ఆర్థిక, భావోద్వేగ మరియు సామాజికంగా నాశనకరమైన ప్రభావాన్ని చూపుతుంది.

ఫోర్క్లోజర్ తర్వాత, మీరు మళ్లీ ఇంటిని కనుగొనాలని ఆలోచిస్తున్నారని మేము అర్థం చేసుకుంటాము. అయితే, మీ క్రెడిట్ స్కోర్ ఫోర్క్లోజర్ కారణంగా తక్కువగా ఉండవచ్చు, ఇది మీకు కొత్త రుణం పొందడం కష్టతరం చేస్తుంది.

అయినప్పటికీ, అందుబాటులో ఉన్న అనేక చవకైన గృహాలయ ఎంపికలు ఉన్నాయి. మీరు ఈ ఎంపికల గురించి తెలుసుకోవడానికి మరియు మీకు సరైనది కనుగొనడానికి మేము మీకు సహాయపడతాము.

చవకైన గృహాలయ ఎంపికలు

- కొట్టడం: కొట్టడం అనేది ఒక ఇంటిని కొనుగోలు చేసి, దానిని మీరు మీకు కావలసిన విధంగా మార్చడం. ఇది ఒక ఖరీదైన ప్రక్రియ కావచ్చు, కానీ ఇది మీరు మీ కోసం ఒక నిజమైన ఇంటిని సృష్టించడానికి అనుమతిస్తుంది.

- వంటగది లేదా బాత్రూమ్ పునర్నిర్మాణం: మీరు మీ ఇంటిలో ఒకే చిన్న మార్పులను చేయడం ద్వారా దాని విలువను పెంచుకోవచ్చు. ఒక కొత్త వంటగది లేదా బాత్రూమ్ పునర్నిర్మాణం మీ ఇంటిని మరింత

ఆకర్షణీయంగా మరియు విలువైనదిగా చేయడంలో సహాయపడుతుంది.

- లీజ్ తో కొనుగోలు: లీజ్ తో కొనుగోలు అనేది ఒక ఇంటిని లీజ్ పై తీసుకోవడం మరియు కొంతకాలం తర్వాత దానిని కొనుగోలు చేయడానికి ఎంపికను కలిగి ఉండటం. ఇది మీరు మీ క్రెడిట్ స్కోర్‌ను మెరుగుపరచడానికి సమయం పొందడానికి మరియు మీరు కొనుగోలు చేయడానికి సిద్ధంగా ఉన్నారని మీరు ఖచ్చితంగా తెలుసుకోవడానికి ముందు ఇంటిని ప్రయత్నించడానికి మంచి మార్గం.

- కోఆపరేటివ్ హౌసింగ్: కోఆపరేటివ్ హౌసింగ్ అనేది ఒక రకమైన గృహాలయం, దీనిలో నివాసితులు ఇంటి యజమానులు. ఇది మీరు మీ క్రెడిట్ స్కోర్‌ను మెరుగుపరచడానికి సమయం పొందడానికి మరియు మీరు కొనుగోలు చేయడానికి సిద్ధంగా ఉన్నారని మీరు ఖచ్చితంగా తెలుసుకోవడానికి ముందు ఇంటిని ప్రయత్నించడానికి మంచి మార్గం.

భవిష్యత్తులో ఫోర్‌క్లోజర్‌ను నివారించడానికి చిట్కాలు

ఫోర్‌క్లోజర్ అనేది ఒక రుణదాత ఒక గృహ యజమాని నుండి వారి రుణాన్ని చెల్లించకపోతే ఆస్తిని తిరిగి తీసుకోవడం. ఇది ఒక కష్టమైన మరియు ఒత్తిడితో కూడిన అనుభవం కావచ్చు, ఇది గృహ యజమాని యొక్క ఆర్థిక స్థిరత్వం మరియు ఆత్మాశ్రయాన్ని ప్రభావితం చేయగలదు.

భవిష్యత్తులో ఫోర్‌క్లోజర్‌ను నివారించడానికి, మీరు మీ ఆర్థికాలను నిర్వహించడానికి మరియు మీ రుణాలను చెల్లించడానికి ఒక ప్రణాళికను అభివృద్ధి చేయడం ముఖ్యం. క్రింది చిట్కాలు మీకు సహాయపడతాయి:

- ఒక బడ్జెట్ను సృష్టించండి మరియు దానిని అనుసరించండి: ఒక బడ్జెట్ మీ ఖర్చులను ట్రాక్ చేయడానికి మరియు మీ ఆదాయాన్ని మీ ఖర్చులతో సమతుల్యం చేయడానికి సహాయపడుతుంది.
- మీ ఆదాయాన్ని పెంచడానికి మార్గాలను కనుగొనండి: మీరు మీ ఆదాయాన్ని పెంచడానికి మార్గాలను కనుగొనగలిగితే, మీరు మీ ఖర్చులను తగ్గించకుండా మీ ఆర్థిక లక్ష్యాలను సాధించడానికి మరింత అవకాశం ఉంది.
- మీ రుణాలను నిర్వహించండి: మీరు రుణంలో ఉంటే, మీ రుణాలను నిర్వహించడానికి మరియు వాటిని సకాలంలో చెల్లించడానికి ఒక ప్రణాళికను అభివృద్ధి చేయడం ముఖ్యం.
- అత్యవసర నిధులను నిర్మించండి: అత్యవసర నిధులు అనేవి మీరు ఆకస్మిక ఖర్చులను చెల్లించడానికి ఉపయోగించే డబ్బు. మీరు మీ ఆదాయంలో కనీసం ఒక

నెల వేతనం విలువైన అత్యవసర నిధులను నిర్మించాలని లక్ష్యంగా పెట్టుకోవాలి.

అదనపు చిట్కాలు

- మీరు రుణంలో ఉంటే, మీ రుణదాతతో చర్చించండి: మీరు మీ రుణాలను చెల్లించడంలో ఇబ్బంది పడుతుంటే, మీ రుణదాతతో చర్చించడం ముఖ్యం. వారు మీకు రుణ పునర్నిర్మాణం లేదా రుణ తగ్గింపు వంటి సహాయం చేయగలరు.

- మీరు ఆర్థిక సలహాదారుని సంప్రదించండి: మీరు మీ ఆర్థికాలను నిర్వహించడంలో సహాయం కోసం ఆర్థిక సలహాదారుని సంప్రదించవచ్చు. వారు మీకు మీ ఆర్థిక లక్ష్యాలను సాధించడానికి సహాయపడే ఒక ప్రణాళికను అభివృద్ధి చేయడంలో సహాయపడవచ్చు.

ఆర్థిక అక్షరాస్యత మరియు ఆర్థిక స్థిరత్వానికి ప్రణాళిక చేయడం యొక్క ప్రాముఖ్యత

ఆర్థిక అక్షరాస్యత అనేది ఆర్థిక నిర్ణయాలు తీసుకోవడానికి అవసరమైన జ్ఞానం మరియు నైపుణ్యాల సమితి. ఇది డబ్బును ఎలా నిర్వహించాలో, ఆర్థిక లక్ష్యాలను ఎలా సెట్ చేయాలో మరియు వాటిని ఎలా సాధించాలో నేర్పిస్తుంది.

ఆర్థిక స్థిరత్వం అనేది మీ ఆర్థిక లక్ష్యాలను సాధించడానికి మిమ్మల్ని అనుమతించే స్థితి. ఇది ఆర్థికంగా సురక్షితంగా ఉండటం మరియు మీ జీవితంలోని అన్ని అంశాలను పొందడానికి మిమ్మల్ని అనుమతించే ఆర్థిక స్థితి.

ఆర్థిక అక్షరాస్యత మరియు ఆర్థిక స్థిరత్వానికి ప్రణాళిక చేయడం యొక్క ప్రాముఖ్యత చాలా ఉంది. ఇది మీకు:

- మీ ఆర్థిక లక్ష్యాలను సాధించడానికి సహాయపడుతుంది.
- ఆర్థిక సమస్యలను నివారించడంలో సహాయపడుతుంది.
- ఆర్థిక సురక్షితతను పెంచుతుంది.
- మీ జీవితంలోని అన్ని అంశాలను పొందడానికి మిమ్మల్ని అనుమతిస్తుంది.

ఆర్థిక అక్షరాస్యతను మెరుగుపరచడానికి మరియు ఆర్థిక స్థిరత్వానికి ప్రణాళిక చేయడానికి మీరు చేయగలిగే కొన్ని విషయాలు ఇక్కడ ఉన్నాయి:

- ఆర్థిక విద్యను పొందండి. ఆర్థిక అక్షరాస్యత గురించి పుస్తకాలు, వెబ్ సైట్లు మరియు ఇతర వనరుల నుండి నేర్చుకోండి.

- మీ ఆర్థిక లక్ష్యాలను సెట్ చేయండి. మీరు ఏమి సాధించాలనుకుంటున్నారు? మీరు ఎప్పటికీ సాధించాలనుకునే కొన్ని లక్ష్యాలను ఎంచుకోండి.

- మీ ఆర్థిక పరిస్థితిని అంచనా వేయండి. మీరు ఎంత డబ్బు సంపాదిస్తున్నారు? మీరు ఎంత డబ్బు ఖర్చు చేస్తున్నారు? మీరు ఎంత డబ్బు ఆదా చేస్తున్నారు?

- ఒక బడ్జెట్ ను రూపొందించండి. మీ డబ్బును ఎలా సమర్థవంతంగా నిర్వహించాలో బడ్జెట్ మీకు సహాయపడుతుంది.

- ఆర్థిక ఆరోగ్యానికి హానికరమైన అలవాట్లను నివారించండి. డబ్బును ఖర్చు చేయడం, రుణాలను తీసుకోవడం మరియు రుణాలలో చిక్కుకోవడం వంటివి ఆర్థిక ఆరోగ్యానికి హానికరం.

ఆర్థిక అక్షరాస్యత మరియు ఆర్థిక స్థిరత్వానికి ప్రణాళిక చేయడం అనేది మీ జీవితంలోని అన్ని అంశాలను మెరుగుపరచడానికి మీరు చేయగలిగే ఒక శక్తివంతమైన విషయం.

- ఆర్థిక సమస్యలను నివారించడానికి సహాయపడుతుంది. ఆర్థిక అక్షరాస్యత మీకు మీ ఆర్థికాలను నిర్వహించడంలో మరింత సమర్థవంతంగా ఉండటంలో సహాయపడుతుంది. ఇది మీరు మీ ఆదాయం మరియు వ్యయాలను మెరుగ్గా అర్థం చేసుకోవడానికి, మీ ఆర్థిక లక్ష్యాలను నిర్దేశించడానికి మరియు ఆ లక్ష్యాలను సాధించడానికి ప్రణాళిక చేయడానికి సహాయపడుతుంది. ఆర్థిక స్థిరత్వానికి ప్రణాళిక చేయడం మీరు ఆర్థిక అనిశ్చితిని ఎదుర్కొన్నప్పుడు మరింత స్థిరంగా ఉండటానికి సహాయపడుతుంది.

- ఆర్థిక లక్ష్యాలను సాధించడానికి సహాయపడుతుంది. ఆర్థిక అక్షరాస్యత మరియు ఆర్థిక స్థిరత్వానికి ప్రణాళిక చేయడం మీకు మీ ఆర్థిక లక్ష్యాలను సాధించడానికి సహాయపడుతుంది. మీరు మీ ఆర్థికాలను నిర్వహించడంలో మరింత సమర్థవంతంగా ఉన్నప్పుడు, మీరు మీ ఆదాయాన్ని పెంచడానికి, మీ వ్యయాలను తగ్గించడానికి మరియు మీ పొదుపులను పెంచడానికి మరింత మార్గాలను కనుగొనవచ్చు.

- మీ భవిష్యత్తును భద్రపరచడానికి సహాయపడుతుంది. ఆర్థిక అక్షరాస్యత మరియు ఆర్థిక స్థిరత్వానికి ప్రణాళిక చేయడం మీ భవిష్యత్తును భద్రపరచడానికి సహాయపడుతుంది. మీరు మీ ఆర్థికాలను నిర్వహించడంలో మరింత సమర్థవంతంగా ఉన్నప్పుడు, మీరు మీ జీవితంలోని ముఖ్యమైన దశల కోసం ఆర్థికంగా సిద్ధంగా ఉండవచ్చు, ఉదాహరణకు, విద్య, ఉద్యోగం, పెళ్లి, పిల్లల పెంపకం మరియు రిటైర్‌మెంట్.

ఆర్థిక అక్షరాస్యత మరియు ఆర్థిక స్థిరత్వానికి ప్రణాళిక చేయడం యొక్క ప్రాముఖ్యతను అర్థం చేసుకోవడం చాలా ముఖ్యం. ఈ రెండు విషయాలు మీ ఆర్థిక భవిష్యత్తును మెరుగుపరచడంలో మీకు సహాయపడతాయి.

www.ingramcontent.com/pod-product-compliance
Lightning Source LLC
LaVergne TN
LVHW020435080526
838202LV00055B/5197